முடிந்துவிட்ட ஆசை

முடிந்துவிட்ட ஆசை

— தேவிபாலா —

Pustaka
EBooks | Audiobooks | Paperback

முதற்பதிப்பு: 2023

First Edition: 2023

Mudindhuvitta Aasai

முடிந்துவிட்ட ஆசை

Devibala

தேவிபாலா

ISBN: 978-93-94505-68-1

Pustaka
EBooks | Audiobooks | Paperback

Pustaka Digital Media Pvt. Ltd.
#7-002, Mantri Residency,
Bannerghatta Main Road, Bengaluru - 560 076
Karnataka, India

+91 7418555884

பொருளடக்கம்

என்னுரை

'கல்கண்டு' வார இதழில் பொதுவாகத் துப்பறியும், த்ரில் நிறைந்த தொடர் கதைகள் வருவதுதான் வழக்கம். நானும் அப்படித்தான் நாலைந்து தொடர்கள் எழுதியிருக்கிறேன்.

இந்தமுறை திரு. லேனா அவர்கள் என்னிடம் கதை கேட்டபோது இரண்டு க்ரைம் கதைச் சுருக்கங்களோடு, ஒரு குடும்ப ரீதியான காதல் கதைச் சுருக்கத்தையும் தந்தேன். எனக்கு அதிகம் பிடித்த அந்தக் கதை லேனா சாரையும் கவர்ந்துவிட்டது!

கல்கண்டில் குடும்பக்கதை என்பது பரீட்சார்த்தம், அதை உங்கள் மூலம் படிப்படியாக ஆரம்பிக்கிறேன் என்றார் திரு. லேனா அவர்கள்.

வாசகர்களின் அதிகபட்சக் கடிதங்களை சமீபத்தில் எனக்குப் பெற்றுத் தந்த அந்தக் கதைதான் இந்த 'முடிந்து விட்ட ஆசை'

உழைப்பையும், உற்சாக வேகத்தையும் என்றைக்கும் அன்பான சொற்களால் ஆராதிப்பவர் மதிப்பிற்குரிய திரு. லேனா அவர்கள்.

எனக்குத் தொடர்ந்து உற்சாக டானிக் கொடுத்து வரும் என் ஆசான்களில் அவரும் ஒருவர்.

நேசமுடன்
தேவிபாலா

***

அணிந்துரை

கல்கண்டில் ஏன் துப்பறியும் தொடர்களே வருகின்றன? சமூகத் தொடர்கள் ஏன் வரக்கூடாது என்று பலரும் என்னிடம் கேட்டதுண்டு. வெளியிடலாம்தான் ஆனால்... என்று இழுப்பேன். நழுவுவேன். சிலர் விடமாட்டார்கள். ஆனால் என்ன ஆனால்...? என்பார்கள்.

இல்லை, கல்கண்டுப் பாணிக்குச் சமூகக் கதைகள் சரிவரப் பொருந்துமா? வரவேற்பு இருக்குமா என்று தெரியவில்லை என்று விளக்குவேன்.

வெளியிடாமலேயே அனுமானம் செய்தால் எப்படி? என்பார்கள்.

அவர்களுக்கு என்னால் என்னதான் சமாதானம் சொல்ல முடியாமல் போனாலும், சிறு தயக்கம் தொடர்ந்து இருந்தது!

எனவே நண்பர் தேவிபாலாவிடம் கல்கண்டிற்காகக் குடும்பப் பின்னணிகொண்ட துப்பறியும் தொடர் ஒன்றை ஆரம்பித்தால் என்ன என்று கேட்டேன். அவரும் உற்சாகமாகச் சரி என்றார்.

இரண்டு மூன்று கதைச் சுருக்கங்களுடன் நிறையத் தலைப்புகளையும் தந்து, அதில் ஒன்றைத் தேர்ந்தெடுக்கும் உரிமையையும் தந்தார். இந்தக் கலவையில் அமைந்த கதைதான் முடிந்து விட்ட ஆசை.

முடிந்து விட்ட ஆசை கல்கண்டில் தொடராக வெளிவந்தபோது அதற்கு நிறைய எதிர்பார்ப்பு இருந்தது. அதுவும் குறிப்பாகப் பெண்களிடையே அதிகம் பேசப்படும் தொடராக இருந்தது.

நான் போகுமிடங்களிலெல்லாம் கதையைப் பற்றிப் பலரும் குறிப்பிட்டார்கள்.

மடிசார் மாமியின் வெற்றிக்குப் பிறகும் மாறாத மனிதர் இந்த தேவிபாலா. வளர்ச்சி இந்த மனிதரை மாற்றவே இல்லை. அதே அன்பு; மாறா நட்பு.

விடுவிடுவென்று வளரும் எழுத்தாளர் பட்டியலில் தேவிபாலா இருப்பது மகிழ்வைத் தருகிறது. இதுவும் ஒரு தொடர் கதை.

நல்வாழ்த்துகளுடன்
லேனா தமிழ்வாணன்

***

அத்தியாயம்

1

ஜல்ஜல் என்று கொலுசு சிணுங்க படித்துறையில் பாதம் பதித்தாள் யாமினி.

பெண்கள் கூட்டம் ஒன்று குளித்துக்கொண்டிருந்தது. ஒரு சிலர் துணி துவைத்துக் கொண்டிருந்தார்கள்.

''அழகி வர்றாடீ!''

பொறாமையாக ஒரு குரல் கிளம்ப, மற்ற நாலு ஜோடி விழிகள் படிகளில் பதிந்தன.

யாமினி கடைசிப் படிக்கும் முதல் படியில் கொண்டு வந்த அழுக்குத் துணி மூட்டையை வைத்தாள்.

''நீ குளிக்கலையா யாமினி?''

''அவ இது மாதிரி குளத்துல எப்பவும் குளிக்கமாட்டாளே!''

''பயமா?''

''இல்லை. கூச்சம்!''

''ஏன், நமக்கெல்லாம் அது இல்லையாக்கும்?''

மற்ற பெண்கள் பேச்சைப் பொருட்படுத்தாமல் வந்த வேலையில் கவனமாகத் துணிகளை நனைத்து சோப்போடத் தொடங்கினாள் யாமினி.

"இவ அழகு நம்ம வெண்பட்டுக் கிராமத்துல யாருக்கும் வராதுடி."

"என்ன இருந்து என்ன...?"

"ஏன்?"

"வயசு இருபத்தி அஞ்சு. இன்னும் கல்யாணம் ஆகலையே. இவளைவிட ரொம்ப சுமார இருந்த நாலஞ்சு பேருக்கு ஊர்ல கல்யாணம் முடிஞ்சாச்சு. சில பேருக்கு குழந்தைகூட இருக்கு."

"ஏன்? பணக்கார இடமாப் பார்க்கிறாரா அவங்கப்பா?"

"தெரியாதா உனக்கு?"

"எது தெரியாதா?"

"ஜோசியப் பைத்தியம் விசுவநாதன் பொண்ணு இவ!"

"யாரது விஸ்வநாதன்?"

"நம்ம ஊர் ஓய்வு பெற்ற போஸ்ட் மாஸ்டர். கொஞ்சம் நிலபுலன் இருக்கு. ஜீவனம் கழியுது. தன் மகள் ஜாதகத்தை அதான், இந்த யாமினி ஜாதகத்தை அத்தனை துல்லியமாக் குறிச்சு வச்சிருக்காராம். அதே துல்லியத்தோட எல்லாவிதப் பொருத்தமும் சரியா இருக்கிற பையனைத்தான் இவளுக்குக் கட்டி வைப்பாராம்."

"கிடைக்குமா அப்படி?"

"இல்லையே! நாலு வருஷமா மகளுக்கு வரன் தேடத் தொடங்கிவிட்டார். ஒண்ணுகூட அமையலை. ஒருத்தர் கூட அவளை இன்னும் பெண் பார்க்க வரலை."

"யாமினிக்கு அம்மா இல்லை?"

"இல்லையே. இருந்திருந்தா அப்பன் அடிக்கிற கூத்தை நிறுத்தியிருக்க மாட்டாளா?"

யாமினி துவைத்து முடித்துவிட்டாள்.

மேற்படி பேச்சுக்களைக் கேட்டு அவளுக்கு மரத்துவிட்டது.

அவள் காதுபட அவளைப் பார்த்து மற்றவர்கள் செய்யும் விமர்சனம் ஆரம்ப காலத்தில் ஆத்திரத்தை ஏற்படுத்தியது நிஜம்தான்.

நாள்பட நாள்பட அது பழகிவிட்டது.

அப்பா தன்னை மாற்றிக் கொள்ளமாட்டார்.

ஜோசியம், ஜாதி இதெல்லாம் பொய் என்பதுபோல யாராவது பேசிவிட்டால் அப்பா மதம் பிடித்த யானை போலாகிவிடுவார்.

லேசுபாசாகப் பேசி, யாமினியே வாங்கிக் கட்டிக்கொண்டது கொஞ்ச நஞ்சமல்ல.

"அந்தப் பொண்ணுக்கு இந்த ஜன்மத்தல கல்யாணம் நடக்காதாப்பா."

"அவளா ஓடிப் போனாத்தான் உண்டு."

"பணம் இல்லைங்க விசுவநாதன்கிட்ட. அதான் தட்டிக் கழிக்க சாக்கு தேடறார்."

அவர் எதையும் பொருட்படுத்தவில்லை.

யாமினி வீட்டுக்குள் நுழைந்ததும் தன் சாம்ராஜ்யத்தில் நுழைந்தாள். சமையல் கட்டில்தான்.

படிப்பு எஸ்.எஸ்.எல்.சி. வரை...

அழகு என்றால் நிஜமாகவே கொள்ளை அழகு!

'வெண்பட்டு' கிழவர்கள்கூட ஜொள் வடிக்கும் வசீகரம்.

"யாமினி!"

"என்னப்பா?"

"நான் நாட்டாமை வீடு வரைக்கும் போயிட்டு வந்திர்றேன்."

அவர் விலகியதும் பக்கத்து வீட்டம்மா வந்தாள்.

"வாங்கம்மா!"

"உளுந்து இருக்கா? ஒண்ணாந்தேதி திருப்பித் தர்றேன்."

"தர்றேன். உட்காருங்க."

"யாமினி, எங்க தம்பி மகன் ஒருத்தன் மெட்ராஸ்லே ரயில்வே வேலை பாக்கறான். அவனை உனக்கு..."

"இதெல்லாம் அப்பாக்கிட்ட பேசுங்க."

"உங்கப்பா உன் வாழ்க்கையை நாசமாக்கறார்னு கிராமத்துல பேசாதவங்க இல்லை."

யாமினி திரும்பினாள்.

"நான் கேக்கறேன்னு நீ கோவப்படாதே..."

"சொல்லுங்க."

"நம்ம ஊர்ல எத்தனையோ அழகான, படிச்ச, பணமுள்ள பிள்ளைகள் உன் சம்மதம் வேண்டிக் காத்துட்டு இருக்காங்க. அவங்கள்ள ஒருத்தரை நீ தேர்ந்தெடுத்தா, உங்கப்பாவால என்ன செய்யமுடியும்?"

"....."

"உன் வாழ்க்கைல குறுக்கே நிற்க அவர் யாரு?"

"அம்மா! என்னைப் பேச விடறீங்களா?"

"சொல்லு."

"எனக்குக் காதல்ல நம்பிக்கை இல்லை. இத்தனை காலம் என்னை மூடி மூடி வளர்த்த அப்பாவைவிட, எவனோ ஒருத்தன் உசத்தியில்லை. விடுங்க இந்தப் பேச்சை."

"நீ வாழற காலம் முழுக்க உங்கப்பா இருப்பாரா?"

"மாட்டார்னு எனக்குத் தெரியும். அப்புறமா கடவுள் விட்ட வழி. யாரும் கவலைப்பட வேண்டாம். எனக்காக."

"நீ பொழைக்கத் தெரியாதவள்."

"நன்றி."

சிவந்துபோன முகத்துடன், ''அப்பாவோட திமிரு அப்படியே இருக்கு.'' என்றபடி அந்தம்மா விலக,

கதவைச் சாத்திவிட்டு வந்தாள் யாமினி.

''நீ வாழற காலம் முழுக்க உங்கப்பா இருப்பாரா?''

''மாட்டார்.''

''பிறகு நான் என்ன செய்வேன்?''

''யார் எனக்குப் பாதுகாப்பு?''

''என்னிடம் புறப்பட்ட இந்தக் கேள்வி, அப்பாவிடம் எழவில்லையா?''

''அல்லது, தெரிந்தும் தைரியமாக இருக்கிறாரா அப்பா!''

கதவு தட்டப்பட்டது.

எழுந்து போய்த் திறந்தாள்.

ஜோசியர் தண்டபாணி.

''வாங்க மாமா!''

''உங்கப்பா வீட்ல இல்லையாம்மா?''

''நாட்டாமை வீட்டுக்குப் போயிருக்கார். உட்காருங்க மாமா. குடிக்க மோர் தரட்டுமா?''

''குடு தாயீ.''

அவர் மேல் துண்டால் வியர்வையை ஒற்றியபடி உட்கார்ந்தார்.

மோர் வந்தது.

குடித்துவிட்டு, ''மகராசியா இரு. எப்ப வருவார் அப்பா?''

''வந்துடுவார். அவசரமாகப் போகணுமா?''

''இல்லைமா. முக்கியமா ஒரு விஷயம் சொல்லணும்.''

யாமினி பதில் பேசவில்லை.

பதினைந்து நிமிடங்களில் விஸ்வநாதன் திரும்பிவிட்டார்.

''வா தண்டம்!''

''தண்டபாணின்னு அழகா கூப்பிடேண்டா.''

''சரி, சொல்லு!''

''உன் பொண்ணுக்கு மாங்கல்ய யோகம் வந்தாச்சு.''

''என்ன சொல்றே?''

''நீ கேக்கற அத்தனை பொருத்தங்களும் அபாரமா பொருந்திருக்கிற ஒரு ஜாதகம் காலைலதான் கைக்கு வந்திருக்கு.''

விஸ்வநாதன் நிமிர்ந்தார்.

''அப்படியா?''

''அலசிட்டேன். இதைவிட ஒரு நல்ல ஜாதகம் இந்த ஜென்மத்துல உன் பொண்ணுக்கு இல்லை. இவன்தான் புருஷன் அவளுக்கு. யாராலும் மாற்ற முடியாது!''

''சந்தோஷமா இருக்கு.''

''உனக்கு இன்னும் நாலு ஜோசியர்கிட்டக் காட்டி அபிப்ராயம் கேக்கணும்னா, டவுனுக்குப் போ!''

''வேணாம்டா. உன்னைவிட பிரமாத ஜோசியன் யாருடா? இருபத்தி அஞ்சு முடியறதுக்குள்ளே யாமினிக்குக் கல்யாணம் தகும்னு சொன்னவன் நீ. அடுத்த மாசம் இருபத்தி அஞ்சு வயசு முடியுது அவளுக்கு.''

''ரொம்ப நல்லது.''

''சரி. பையனைப் பற்றிச் சொல்லு!''

''பேரு பாஸ்கர். படிப்பு பட்டதாரி. வயசு இருபத்தி ஒன்பது.''

''உத்தியோகம்?''

"ராணுவ அதிகாரி."

விஸ்வநாதன் முகத்தில் ஒரு சுருக்கம் ஏற்பட்டது.

"ஏண்டா யோசிக்கிற?"

"இல்லை. யுத்தமெல்லாம் வரும்போது..."

"அந்த பாஸ்கர் கொல்லைப் பக்கமா ஓடி வந்து உன் வீட்ல ஒளிஞ்சுப்பான். வெக்கமாயில்லை இதைக் கேட்க? பெருமைப்படுடா! இந்த வெண்பட்டு கிராமமே உனக்கு சல்யூட் அடிக்கும்."

விஸ்வநாதன் நிமிர்ந்து உட்கார்ந்தார்.

"கை நிறையச் சம்பளம். அரசாங்கத்தோட அத்தனை மரியாதைகளும்! வேறென்ன விசு வேணும்?"

"சரி, பாஸ்கர் இருக்கற இடம்?"

"பஞ்சாபுக்குப் பக்கத்துல."

"பெத்தவங்க... பெரியவங்க...?"

"ரெண்டு பேரும் உயிரோட இல்லை. தூரத்து உறவுகள் சிலர் தமிழ்நாட்டுல அங்குமிங்குமா. பாஸ்கருக்கு சுவாசமே பாரத தேசத்தோட பாதுகாப்புதான்."

"சரி, நான் இப்ப யாரை அணுகணும். இது தொடர்பா?"

"நேரா... பாஸ்கரை! விலாசம் நான் தர்றன். பாஸ்கருக்கே லெட்டர் போட்டுடு!"

"அது முறையா?"

"வேற யாரும் இல்லைடா. அதுல தப்பே இல்லை. ஜாதகம் பிரமாதமாப் பொருந்தின விவரத்தை எழுதி, ஜோசியத்துல உன் நம்பிக்கைகளைத் தெரிவிச்சு சம்மதம் கேளு. யாமினியோட போட்டோ ஒண்ணைக் கையோட அனுப்பி வை. பாஸ்கர் சம்மதிச்சா, அவன் லீவுல வரும்போது கல்யாணம். சரிதானா?"

''சரி, யாமினி மாப்பிள்ளையைப் பார்க்க வேண்டாமா?''

''போட்டோ கேளு. யாமினி போட்டோ பார்த்ததும் பாஸ்கர் மறுநாளே லீவுல வருவான் பாரேன். உன் பொண்ணு அந்த அளவுக்கு இழுப்பா அவனை.''

தண்டபாணி போய்விட்டார்.

வாசல்வரை போனவர், திரும்பி ''விசு... இதை விட்ராதே! இனிமே இந்த அளவுக்கு எந்த ஜாதகமும் அவளுக்குப் பொருந்தாது. புரியுதா?''

''சரிப்பா.''

யாமினி உள்ளே நின்றபடி சகலமும் கேட்டுக் கொண்டிருந்தாள்.

விஸ்வநாதன் காலண்டர் பார்த்தார்.

அந்த நேரத்தில் ராகு, எமகண்டம் எதுவும் இல்லையென்று நிச்சயப்படுத்திக்கொண்டு, எழுத உட்கார்ந்தார்.

நன்றாக யோசித்து, வார்த்தைகளைத் தேர்ந்தெடுத்து மிகவும் கண்ணியமான முறையில் கடிதத்தை அமைத்தார்.

''யாமினி!''

''என்னப்பா?''

''இங்க வாம்மா. இதைப் படிச்சுப் பாரு!''

''எதுக்காகப்பா? உங்களுக்குத் தெரியாதா?''

''அப்படியில்லை. நீ இந்தத் தலைமுறை. எனக்கே யோசனை சொல்ற பருவம் உனக்கும் இருக்கக்கூடும். சரியா இருக்கான்னு படிச்சிட்டு சொல்லு.''

படித்தாள்.

''ஜோசியம் இனிமே இந்த அளவு பொருந்த வாய்ப்பில்லைன்னு தண்டம் சொல்லிட்டான். உன்னைப்

பிடிக்கலைன்னு யாரும் சொல்ல முடியாது. உனக்கு அந்தப் பையனைப் பிடிக்கலைன்னாத்தான் கஷ்டம்!''

''அப்படி வராதப்பா?''

''என்னம்மா சொல்றே?''

''ஆணுக்குஅழகு முக்கியமில்லை. ராணுவத்துல அதிகாரி அவர். அந்த ஒரு பெருமை போதும் எனக்கு.''

மகளை சற்றே கர்வத்துடன் பார்த்தார்.

''உன் போட்டோ கலர்ல இருக்காம்மா?''

''கொண்டு வர்றேன்பா.''

புகைப்படத்துடன் வந்தாள். அதிலும் வசீகரம் சொட்ட நின்றாள். அப்பா அதைக் கவருக்குள் நுழைத்து ஒட்டினார். தண்டபாணி தந்த விலாசத்தை தெளிவாகக் கவரின்மேல் எழுதி, தானே அதைத் தபாலில் சேர்க்க, செருப்புகூடப் போடாமல் புறப்பட்டார்.

'கடவுளே இது அமைய வேண்டும்.'

'கல்யாண ஏக்கத்தால் நான் கேட்கவில்லை.'

'அப்பா உடைந்தே போய்விடுவார், இது நடக்காவிட்டால்.'

'இன்னொரு ஜாதகம் எல்லா விதத்திலும் என் மகளுக்குப் பொருந்துமா என்று நொறுங்கிவிடாது மனது!'

விஸ்வநாதன் அதைத் தபால் பெட்டியில் போடும் முன்பு, ஒருமுறை ஆலய கோபுரத்தைப் பார்த்தார்.

மணியடித்தது.

அது தேவாலய மணி.

ஆலயம் எதுவாக இருந்தால் என்ன... ஆண்டவன் சம்மதம் கிடைக்கும் இதற்கு. அதன் அறிகுறிதான் இந்த மணி.

தபால் பெட்டியில் அந்தக் கடிதத்தைச் சேர்த்துவிட்டு, வீட்டை நோக்கி நடக்கத் தொடங்கினார்.

"அடுத்த மாசம் நீ லீவுல போகப்போறியா பாஸ்கர்?"

கேட்டவன், இன்னொரு ராணுவ அதிகாரியாக இருந்த ராபர்ட்.

பஞ்சாபுக்கு அருகே இருந்த அந்த ராணுவப்பகுதியின் குடியிருப்பு ஒன்றில் இருவரும் சேர்ந்திருந்தார்கள்.

"ம்... போகணும்."

"ஏண்டா ஆர்வமில்லாமப் பேசறே?"

"எனக்குன்னு தமிழ்நாட்ல சொல்லும்படியா யாரும் இல்லை. நான் வரணும்னு யார் காத்துட்டு இருக்காங்க அங்கே?"

"ஏன்? எங்க வீட்டுக்குப் போ. என்னைப்போல நீயும் ஒரு பிள்ளைதான்டா அங்கே!"

"நீயும், நானுமா சேர்ந்து போக முடியாதே! லீவு தரமாட்டாங்களே!"

"கேட்டுப் பார்க்கலாம். நானும் போகணும்."

"நீ எழுத்தாளன். இங்கிருந்தபடியே தமிழ்ப் பத்திரிகைகள்ல கதை, கவிதைகள்னு எழுதிக் குவிக்கறே! உனக்கு நிறைய வாசகர்கள் இருப்பாங்க அங்கே!"

ராபர்ட் கூச்சத்துடன் சிரித்தான்.

"அடப்போடா! நான் நட்சத்திர எழுத்தாளன் இல்லை. சின்ன வரிசைலே ஒருத்தன்."

கடிதத்தை ஒரு ஜவான் தந்துவிட்டுப் போனான்.

ராபர்ட்டுக்கு பத்திரிகைத் தொடர்பு இருந்ததால் நிறையக் கடிதங்கள் வந்திருந்தன.

"பாஸ்கர் இது உன் லெட்டர்!"

"எனக்கு எழுத யார் இருக்கா? எங்க ஒண்ணுவிட்ட மாமாதான் எழுதியிருப்பார்!"

முனை கிள்ளி, விரல் நுழைத்துக் கிழித்தான்.

கடிதம் பிரிக்க, யாமினியின் வண்ணப்படம் நழுவி விழுந்தது.

கையில் எடுத்தான் பாஸ்கர்.

அவசரமாகக் கடிதத்தைப் படிக்கத் தொடங்கினான். முடித்துவிட்டு யாமினியின் புகைப்படத்தைக் கண் எடுக்காமல் பார்த்தான்.

"ராபர்ட்!"

"என்ன பாஸ்கர்?"

"முதல்ல இந்த லெட்டரைப் படி!"

ராபர்ட் வாங்கிப் படித்தான்.

"எங்கேடா போட்டோ?"

"தர்றேன். லெட்டரைப் பற்றி அபிப்ராயம் சொல்லு!"

"போட்டோ பார்த்துட்டு அபிப்ராயம் சொல்வேன். கொண்டா போட்டோவை!"

பாஸ்கர் தர, வாங்கிப் பார்த்த ராபர்ட் விசிலடித்தான் நீளமாக.

"என்னடா?"

"அபாரம்டா. லீவு போட்டுட்டு உடனே புறப்படு! உனக்குன்னு யாரும் இல்லைன்னு குறைப்படுவியே! 'வெண்பட்டு' கிராமத்துக்கு மாப்பிள்ளைடா நீ இனிமே!"

"நல்லாயிருக்காளா யாமினி!"

"இனிமே கேள்வியே கூடாது. உனக்காக உற்பத்தி செய்யப்பட்டவ இந்த யாமினி. மகனே உடனே புறப்படு!"

"முதல்ல மரியாதைக்கு மிஸ்டர் விசுவதநாதனுக்கு பதில் எழுதிப் போட்டுட்டு அவர் பதில் வந்த பின்னால புறப்படலாம்!"

"அதுவும் சரிதான். அடுத்த மாசம்தான் லீவு கிடைக்கும். ஒரு மாதம் லீவுல போய்க் கல்யாணத்தையும் முடிச்சிட்டு வந்துருடா பாஸ்கர்!"

"நீ இல்லாமலா?"

"நம்ம க்வார்ட்டர்ஸுக்கு வரத்தானே போறீங்க ரெண்டு பேரும். இனிமே நான்தான்டா நிரந்தரம் உங்க ரெண்டு பேருக்கும்!"

பாஸ்கர் கடிதம் எழுதினான்.

தன் புகைப்படத்தின் அழகான ஒரு பிரதியை எடுத்து கடிதத்தை மேல் வைத்தான். கவரில் விசுவநாதன் விலாசம் எழுதினான்.

சிப்பாய் ஒருவன் வந்து, மேலதிகாரி அழைப்பதாகச் சொல்ல,

"ராபர்ட்! அந்த கவருக்குள்ள லெட்டர், போட்டோ ரெண்டையும் போட்டு ஒட்டிடு! நான் போயிட்டு வந்திரறன்!"

"சரி பாஸ்கர்!"

ராபர்ட் அந்தப் பத்திரிகைக்கு எழுத வேண்டிய ஹைகூ கவிதையை முடித்துவிட்டு, தன் வண்ணப் புகைப்படத்தை வெளியே எடுத்தான். கவரில் விலாசம் எழுதி அதன் மேல் கவிதை, புகைப்படம் இரண்டையும் வைத்துவிட்டு 'கம்' எடுக்க உள்ளே போனான்.

காற்று ஒன்று வேகமாக வீச, மேசை மேலிருந்த பாஸ்கரின் கடிதம் கீழே விழுந்தது. ராபர்ட்டின் புகைப்படமும் அதன் மேல் விழுந்தது.

ராபர்ட் திரும்பி வந்தான்.

பாஸ்கரின் கடிதத்தை எடுத்து, அதனுள் தன் புகைப்படத்தை இணைத்து, (பார்க்காமலே) கவருக்குள் போட்டு ஒட்டினான்.

பத்திரிகைக்கு கவிதையுடன் பாஸ்கரின் புகைப்படம் போனது.

கவர்களை ஒட்ட,

சிப்பாய் வந்தான். பதட்டமாக,

''சாப்!''

''என்ன மஜும்தார்?''

''நம்ம பாஸ்கர் ஸாப் கேப்டன் வீட்டுக்கு புல்லட்ல போகும்போது அது ஸ்கிட் ஆகி பள்ளத்துல உருண்டிருக்கு!''

''என்னாச்சு பாஸ்கருக்கு?''

அடித்தொண்டையில் அலறல் புறப்பட, ராபர்ட் வேகமாக வெளியே ஓடினான்.

மேசை மேலிருந்த கடிதங்களை எடுத்துக்கொண்டு தபால் பெட்டியை நோக்கி நடந்தான் சிப்பாய்.

***

அத்தியாயம்

2

டாக்டரின் அறைக்குள் பதட்டத்துடன் நுழைந்தான் ராபர்ட்.

''டாக்டர்! பாஸ்கருக்கு எப்படி இருக்கு?''

''நீங்க யாரு?''

''ராபர்ட்! அவனோட பணி புரியக்கூடிய சக அதிகாரி.''

''உட்காருங்க.''

ராபர்ட் நாற்காலி நுனியில் உட்கார்ந்து, டாக்டரின் முகத்தைப் பார்த்தான் கவலையுடன்.

''பைக் சறுக்கி பாஸ்கர் தூக்கியெறியப்பட்டிருக்கார். விழுந்தது ஒரு பாறை மேல. அதுவும் மார்புப் பகுதி சரியா பாறைல மோதியிருக்கு.''

''டாக்டர்... அதனால்...?''

''இதயம் பலமான தாக்குதலுக்கு ஆளாகியிருக்கு மிஸ்டர் ராபர்ட்.''

''டாக்டர்... அவன் உயிருக்கு...?''

''தற்சமயம் ஆபத்து எதுவுமில்லை. பூரணமான ஓய்வுல இருக்கணும். ஒரு பைபாஸ் சர்ஜரி செஞ்சே ஆகணும்.''

"எப்ப டாக்டர்?"

"அதை இப்ப முடிவு செய்ய முடியாது. அறுவை சிகிச்சையைத் தாங்கற தெம்பு இப்ப அவருக்கு இல்லை. மூணு மாசம் கழிச்ச பின்னால அதை முடிவு செஞ்சுக்கலாம்."

"டாக்டர் அவனை ஊருக்கு..."

"வேண்டாம். பயணத்தோட அதிர்வுகூட பாஸ்கரை பாதிக்கலாம். அதனால இங்கே ராணுவ மருத்துவமனைல அவர் ஓய்வெடுக்கட்டும். விசேஷ விடுப்பும், அனுமதியும் கிடைக்கும்."

"டாக்டர்...!"

"சொல்லுங்க ராபர்ட்."

"இதெல்லாம் அவனுக்குத் தெரியுமா?"

"சொல்றதுல தப்பில்லை."

"டாக்டர்?"

"ஏன் தயக்கம்? கேளுங்க."

"அந்த பைபாஸ் சர்ஜரிக்கு அப்புறமா பாஸ்கர் பழையபடி ஆயிடுவான் இல்லையா?"

"வாய்ப்பு எப்படீன்னு இப்பச் சொல்ல முடியாது ராபர்ட். பாஸ்கர் தனிமனிதர்தானே?"

"யூ மீன்...?"

"கல்யாணம் ஆகலையே?"

"இல்லை டாக்டர்."

"இனிமே கொஞ்ச மாதங்களுக்கு அது வேண்டவும் வேண்டாம். எந்தப் புது வரவும், உறவும் அவர் உயிருக்கு ஆபத்தா மாறக்கூடாது. இதை அவர்கிட்டே நீங்க சொல்ல வேண்டாம்."

“சரி டாக்டர்.”

நர்ஸ் வந்தாள்.

“டாக்டர்! பாஸ்கர் முழிச்சிட்டார்.”

“நீங்க இருங்க ராபர்ட். நான் வந்த பின்னால உங்களை அனுமதிக்கறேன்.”

டாக்டர் உள்ளே போனார்.

ராபர்ட் அந்தக் காரிடாரில் நடக்கத் தொடங்கினான்.

‘கல்யாணத்துக்கு சம்மதம் தெரிவிச்சு, தன் புகைப்படத்துடன் கடிதம் வேறு எழுதிவிட்டான்.’

‘இந்த நேரம் பார்த்து இப்படியொரு விபத்து உனக்கு நேரவேண்டுமா பாஸ்கர்?’

‘சரி விவரத்தை எழுதி, இந்தத் திருமணம் நடக்க தற்சமயம் வாய்ப்பில்லை என்று போட்டால் ஆயிற்று.’

‘அவர்கள் பெண் வீட்டார். ஏன் இவனுக்காகக் காத்திருக்க வேண்டும்?’

டாக்டர் இருபது நிமிடங்கள் கழித்து வெளிப்பட்டார்.

“நீங்க போங்க ராபர்ட். இப்ப நார்மலா இருக்கார் பாஸ்கர். ஆனா அவர் உணர்ச்சி வசப்படற மாதிரி எந்தப் பேச்சும் வேண்டாம் ராபர்ட்.”

“சரி டாக்டர்.”

ராபர்ட் உள்ளே நுழைந்தான்.

அவனைப் பார்த்ததும் பாஸ்கரின் கண்கள் கலங்கின.

அருகில் வந்து அமர்ந்த ராபர்ட்,

“கமான் பாஸ்கர்! எதுக்கு அழுகை? உனக்கு ஒண்ணுமே இல்லை. மனுஷ வாழ்க்கைல இது மாதிரி விபத்துக்கள் சகஜம்தானே? ஒரு ராணுவ அதிகாரி கலங்கினா அசிங்கம்.”

நான் மூணு மாசம் இங்கேயே ஓய்வு எடுக்கணுமாம்.''

''ரொம்ப நல்லது.''

''அப்புறம் ஒரு பைபாஸ் சர்ஜரி உண்டாம்.''

''அது முடிஞ்சிட்டா, நீ பழைய பாஸ்கர்.''

''அப்படியா சொன்னார் டாக்டர்?''

''பின்ன? வரச் சொல்லட்டுமா? உன் காதால கேக்கறியா?''

பாஸ்கர் எழுந்து உட்கார முயற்சித்தான்.

''ஷ்! அதுக்குள்ள இதெல்லாம் தப்பு பாஸ்கர். நீ படு. இந்த மூணு மாசமும் ஆபீஸ் முடிஞ்சிட்டா, நான் உன் பக்கத்துலதான். போதுமா? ஊருக்கு நானும் போகலை. லீவை கேன்சல் பண்ணிட்டு, அப்பாவுக்கு லெட்டர் போட்டுர்றேன் இன்னிக்கே.''

''ராபர்ட்.''

''சொல்லு பாஸ்கர்.''

''அந்த லெட்டரை போஸ்ட் பண்ணியாச்சா?''

''எந்த லெட்டரை?''

''அதான் 'வெண்பட்டு' விசுவநாதனுக்கு நான் எழுதிய லெட்டர்.''

''ஓ... அப்பவே போட்டாச்சே.''

''அதுதான் சங்கடம் ராபர்ட். ஒரு மாச லீவுல வந்து யாமினியை நான் கல்யாணமே செஞ்சுக்கறேன்னு எழுதிட்டேன்.''

''இது மாதிரி நடக்கும்னு யாருக்கு பாஸ்கர் தெரியும்?''

''அதுதான் இப்ப என் வருத்தம்.''

''நான் பதில் எழுதிப் போட்டுர்றேன்.''

"என்னான்னு?"

"சொந்தக் காரணங்களால இந்தக் கல்யாணம் நடக்க வாய்ப்பில்லை. அதனால் வேற இடம் பாருங்கன்னு."

"நோ, ராபர்ட்! ஜோசியப்படி அவளுக்கு எல்லாப் பொருத்தமும் உள்ளவன் நான் மட்டும்தான்."

"பேத்தல்."

"இல்லை ராபர்ட். நம்பிக்கைகளை நாம் விமர்சிக்க வேண்டாமே. மேலும் எனக்கும் அந்த யாமினியை ரொம்பப் பிடிச்சிருக்கு. என் மனசுல பதிஞ்சு போயிட்டா யாமினி."

"பாஸ்கர்... நீ பேசினது போதும்."

"இல்லை ராபர்ட். எனக்கு ஒண்ணும் ஆகாது. என் அந்தரங்க தாபங்களை புரிஞ்சுக்கக்கூடிய ஒரே தோழன் நீதான்."

"பாஸ்கர்."

"மூணு மாசத்துல பைபாஸ் சர்ஜரி. அது முடிஞ்சிட்டா நான் பழைய பாஸ்கர் ஆயிடுவேன். இந்த விவரத்தை விசுவநாதனுக்கு தெரிவிக்கற கடமை நமக்குண்டு."

"நீ என்ன சொல்ற?"

"தெரிவிச்சா, அவர் காத்திருப்பார். யாமினியை எனக்குன்னு அந்தத் தெய்வம் தீர்மானிச்சிருந்தா, அதை மாற்ற யாரால ராபர்ட் முடியும்?"

"சரி, போதும் பாஸ்கர். மீதியை நாளைக்குப் பேசிக்கக்கூடாதா?"

"இல்லை ராபர்ட். இன்னும் சிலது பாக்கியிருக்கு."

பாஸ்கருக்கு வியர்க்கத் தொடங்கியது. லேசாக மூச்சிரைப்பு ஆரம்பித்தது.

"ப்ளீஸ் பாஸ்கர்."

“இதை மட்டும் சொல்லிர்றேன் ராபர்ட். மேற்படி விவரங்களை லெட்டர்ல எழுதினா அந்த அளவுக்கு பவர்ஃபுல்லா இருக்காது. அதனால் உன் ப்ரோக்ராம்படி நீ லீவு போட்டுட்டுக் கிளம்பு. ‘வெண்பட்டு’ கிராமம் போய். விசுவநாதன்கிட்ட நீயே எல்லா விவரங்களையும் சொல்லிரு.”

பாஸ்கர் கண்களை மூடிக்கொண்டான்.

ராபர்ட் போய் நர்ஸை அழைத்து வந்தான்.

“ஹார்ட் பீட் கூடியிருக்கு. அவர் அலட்டிக்கக் கூடாது. டாக்டர் கோபப்படுவார். நீங்க வெளில இருங்க சார்.”

சற்றுக் கடுமையாகவே பேசினாள். சிஸ்டர்.

ராபர்ட் மௌனமாக வெளிப்பட்டான்.

சற்றுநேரம் இருந்துவிட்டு, சிஸ்டர் வெளிப்பட்டதும் “என்ன செய்யறான் பாஸ்கர்?”

“தூங்கறதுக்கு மருந்து தந்திருக்கோம். நீங்க நாளைக்குக் காலைல வாங்க போதும். நான் கடுமையாப் பேசியிருந்தா, என்னை மன்னிச்சிருங்க சார்.”

“தப்பில்லை சிஸ்டர். உங்க கடமையைத்தானே செஞ்சீங்க. வர்றேன்.”

தன் குடியிருப்புக்கு வந்தான்.

சிப்பாயிடம் கடிதத்தைத் தபாலில் சேர்த்துவிட்டாயா என்று திரும்பவும் ஒருமுறை கேட்டுக்கொண்டான்.

‘எந்தப் புதுவரவும் உறவும் அவர் உயிருக்கு ஆபத்தா மாறக்கூடாது.’

‘இந்த ஆபரேஷன் மூன்று மாதம் கழித்து வெற்றிகரமாக முடிந்தால்கூட திருமணத்தை நிச்சயம் டாக்டர் அனுமதிக்கமாட்டார்.’

‘அதை பாஸ்கர் புரிந்து கொள்வானா?’

'மூன்று மாதம் என்றால் சரி. இன்னும் சில மாதங்கள் என்றால் விசுவநாதன் காத்திருப்பாரா?'

'மேலும் பாஸ்கர் இதய நோயாளி என்றால், தன் மகளை மணம் முடிக்க விசுவநாதன் சம்மதிப்பாரா?'

'தினசரி தாலியுடன் ஊசலாட எந்தப் பெண் ஒப்புக்கொள்வாள்?'

'இதையெல்லாம் கடிதத்தில் எழுத முடியுமா?'

'நேரில் போய் அவர்களைப் பார்த்துவிட்டால்?'

'அது அவசியமில்லை என்று நான் கருதினாலும், பாஸ்கர் என்னை விடமாட்டான். நான் மறுத்தால், அவன் மனதில் ஆயிரம் விபரீத சிந்தனைகள் தோன்றக்கூடும்.'

'ஏன்? என் உயிருக்கு டாக்டர் கெடு வச்சாச்சா ராபர்ட்?'

'உனக்கு அது தெரிஞ்ச காரணமாத்தான் ஊருக்குப் போகலையா?'

'நான் என்ன சொல்ல முடியும்?'

'கற்பனை அவர் உணர்ச்சிகளை எதிர்மறையாகத் தூண்டி, அதுவே உயிருக்கு ஆபத்தாக முடிந்தால்?'

'எனக்கும் யாமினியை ரொம்பப் பிடிச்சிருக்கு. என் மனசுல பதிஞ்சு போயிட்டா யாமினி.'

'கடவுளே! ஒருமுறை புகைப்படம் பார்த்தே மனதை பறி கொடுக்கும் அளவுக்கு எது உன்னைத் தூண்டியது பாஸ்கர்?'

ராபர்ட் விடிய விடியத் தூங்கவில்லை.

விடிந்ததும் மனது சில முடிவுகளை எடுத்திருந்தது.

ஆபீஸ் வந்து கையெழுத்து போட்டுவிட்டு, நேராக ராணுவ மருத்துவமனைக்கு வந்தான்.

பாஸ்கர் பல் தேய்த்துவிட்டு, பாலைப் பருகிக் கொண்டிருந்தான்.

“வா ராபர்ட்.”

“எப்படி இருக்கே?”

“மூணு மாசம் இதே அறைல எப்படிக் கழிக்கப் போறேன்னு எனக்கே தெரியலை.”

டாக்டர் நுழைந்தார்.

“குட்மார்னிங் பாஸ்கர். எப்படி இருக்கீங்க?”

“ஃபைன் டாக்டர்.”

“ராபர்ட் நீங்க அதிகம் பேசினா, பாஸ்கர் உணர்ச்சிவசப்படுவார். பார்த்துட்டு இடத்தைக் காலி பண்ணுங்க.”

ராபர்ட் சிரித்தான்.

“அவன் ஒரு மாச லீவுல ஊருக்குப் போறான் டாக்டர்.”

“அப்படியா ராபர்ட்?”

“முடிவு செய்யலை டாக்டர், லீவுகூட சாங்ஷன் ஆயாச்சு. இவனை விட்டுட்டு எப்படி நான்?”

“நோ ராபர்ட். யு மஸ்ட் கோ.”

“சரி பேசிட்டு இருங்க. நான் ஈ.சி.ஜி.க்கு ரெடி பண்றேன். வாங்க சிஸ்டர்.”

இருவரும் வெளியேற,

“நான் போகத்தான் வேணுமா பாஸ்கர்?”

“நிச்சயமா. உங்க ஊருக்கு நீ போகலைனாலும், ‘வெண்பட்டு’க்குப் போயே ஆகணும்.”

“பாஸ்கர்!”

“எனக்கு யாமினிதான் வேணும் ராபர்ட். அவ என் மனைவியாயிட்டா இதயம்கூட பழையபடி இயங்கத் தொடங்கிவிடும். உன்னை விட்டா எனக்கு வேற யாருடா?”

''பாஸ்கர், என்னைப் பேசவிடறியா?''

''சொல்லு.''

''மூணு மாசம் கழிச்சு உனக்கு ஆபரேஷன்.''

''சரி.''

''அது வெற்றிதான். அதுல யாருக்கும் சந்தேகம் இல்லை. ஆனா இதய சம்பந்தப்பட்ட ஓர் ஆபரேஷன் முடிஞ்சா, யாருமே அடுத்த நாளிலிருந்து வழக்கம்போல இயங்க முடியாது பாஸ்கர்.''

''தெரியும் எனக்கு.''

''என் கருத்துப்படி நீ சரியான பாஸ்கரா மாற இன்னும் ஒரு வருஷம் ஆகும்.''

''அப்படீங்கறே?''

''பல வருஷங்கள் நீ வாழணும்னு ஆசைப்பட்டா, இந்த ஒரு வருஷத்தை நீ தியாகம் செஞ்சுதான் தீரணும்.''

''ராபர்ட்!''

''அந்த ஒரு வருஷ காலம் யாமினி...''

''காத்திருப்பாளான்னு கேக்கறியா? நிச்சயம் எனக்காக யாமினி காத்திருப்பா.''

''ஒரு புகைப்படம், ஒரு கடிதம் மூலம் நம்பிக்கைகளை அளவுக்கு அதிகமா வளர்த்துக்கறது அறிவுபூர்வமான செயலா பாஸ்கர்? புகைப்படத்துல அழகு தெரியும். மனசு தெரியாது பாஸ்கர்.''

''அதுக்குத்தான் உன்னை நேர்ல போகச் சொல்றேன்.''

''பாஸ்கர்!''

''என் மனசும், உன் மனசும் ஒண்ணுதான். அந்த மென்மையும், ஈரமும் ரெண்டு பேருக்கும் உண்டு. என்

எண்ணங்களைப் புரிஞ்ச ஒரே மனிதன் இந்த உலகத்துல நீதான். என் காதலை, யாமினிக்காக நான் காத்திருக்கப் போறதை உன் அளவுக்கு ஒரு கடிதத்தால புரியவைக்க முடியாது ராபர்ட். ப்ளீஸ், புரிஞ்சுக்கோ என்னை.''

ராபர்ட் அவனையே பார்த்தான்.

பளபளத்த அந்தக் கண்களில் ஒரு குழந்தையின் ஏக்கம் தெரிந்தது.

''என்ன ராபர்ட்?''

பாஸ்கரின் கைகளைப் பிடித்துக்கொண்டான் ராபர்ட்.

''சரி பாஸ்கர். நான் ஊருக்குப் போறேன்.''

''ஒண்ணு செய். நீ முதல்ல போய் விசுவநாதனைப் பார்த்து விவரங்களைப் பேசிடு. அவருக்கும், யாமினிக்கும் காத்திருக்கச் சம்மதம்னா... நிச்சயமா சம்மதிக்கத்தான் போறாங்க... நீ உங்க ஊருக்குப் போய் அப்பா, அம்மமாவைக் கூட்டிட்டு வா?''

''எங்கே?''

''வெண்பட்டு கிராமத்துக்கு.''

''யாரோட அப்பா, அம்மாவை?''

''நம்ம அப்பா, அம்மாவைடா! உன்னைப் பெத்தவங்கதானேடா எனக்கும் அப்பா, அம்மா?''

ராபர்ட் நெகிழ்ந்தான்.

''பாஸ்கர்! உனக்கு அது உடன்பாடா இருக்கலாம். எதுக்காக வெண்பட்டுக்கு அப்பா அம்மா?''

''நிச்சயதார்த்தம் பண்ண.''

''பாஸ்கர்... உனக்கு என்னைப் பெத்தவங்க உசத்தியா இருக்கலாம். ஆனா ஹிந்துக் குடும்பத்தைச் சேர்ந்த, விசுவநாதன் தன் மகள் யாமினிக்கு ஒரு கிறிஸ்துவ தம்பதிகளை வச்சு நிச்சயதார்த்தம் நடத்த சம்மதிப்பாரா?''

“நேசத்துக்கு மத்தில மதம் எங்கேடா வந்தது?”

“அது நமக்கு. உன் பிடிவாதம் உனக்கு உசத்தி பாஸ்கர். சரி அதுவா இப்பப் பிரச்சனை? நான் விசுவநாதனைப் பார்த்துப் பேசி முடிவெடுத்த பின்னால தேதி குறிக்கலாம் நிச்சயதார்த்தத்துக்கு. சரியா?”

“சரி ராபர்ட்.”

“அப்ப நான் புறப்படட்டா?”

“நாளைக்கே புறப்படு ராபர்ட்.”

“நீ ஜாக்ரதையா இரு. சிஸ்டர் சொன்னபடி கேளு. அதிகம் பேசாதே. ஒழுங்கா சாப்பிடு. கட்டிலைவிட்டு இறங்கக்கூடாது பாஸ்கர் நீ.”

சிரித்தான் பாஸ்கர்.

“மெதுவாச் சிரிடா.”

“யாமினி எனக்கு ரெண்டாவது பெண்டாட்டிதான்.”

“பாஸ்கர் என்ன சொல்ற?”

“நீ இருக்கியே முதல் தாரம். உன் சக்களத்தி எனக்கு ஸ்பெஷலா என்ன சேதி சொன்னாலும், வார்த்தை பிசகாம அதை அப்படியே வந்து சொல்லணும். புரியுதா?”

ராபர்ட் கூச்சத்துடன் சிரித்தான்.

மறுநாள் காலை ராபர்ட் புறப்பட்டுவிட்டான். முதல்நாள் இரவு பலவாறாக யோசித்ததில் அவனுக்கே ஒரு நம்பிக்கை பிறந்துவிட்டது.

‘இத்தனை காதலுள்ள ஒருவனுக்காகக் கேவலம் ஒரு வருடம் காத்திருக்க மாட்டாளா யாமினி?’

‘விசுவநாதன் ஜாதகப் பைத்தியம்!’

‘எல்லாப் பொருத்தமும் இருப்பதால், இன்னொன்றைத் தேடி அலையமாட்டார். நிச்சயம் காத்திருப்பார்.’

'நானும் சொல்லும் விதத்தில் சொன்னால் அவருக்குப் பிடிக்கும்.'

'பாஸ்கர் தன்னைப் பற்றிச் சகலமும் கடிதத்தில் எழுதி புகைப்படமும் அனுப்பிவிட்டதால், ஒரு விசேஷ முன்னுரை அவசியமில்லை. நேராகப் பேச்சை ஆரம்பித்துவிடலாம்.'

ராபர்ட் புறப்பட்ட அதே நேரம்,

பாஸ்கரின் கடிதத்தை விசுவநாதன் நாலாவது முறையாகப் படித்துக் கொண்டிருந்தார்.

தண்டபாணியும் படித்துவிட்டார்.

"பையனுக்கு உறவுன்னு சொல்லிக்க யாருமில்லையே."

"விடு விசு. இனி நீதான் உறவு. இத்தனை அம்சமா எந்த ஜாதகம் பொருந்தும்? பார்க்கவும் லட்சணமா இருக்கானே. எப்ப வர்றானாம்?"

"தேதி முடிவாகலை. ஒரு மாசத்துல வந்துரலாம்."

"வரட்டும். வந்ததும் நம்ம கிராமத்துல வச்சு கல்யாணத்தை முடிச்சிரு."

"அதுக்கும் கையோட ஒரு தேதி குறிச்சிருப்பா."

"இருடா அவன் வரட்டும். அப்பறம் பஞ்சாங்கம் பார்க்கலாம்."

விசுவநாதன் கையிலிருந்த ராபர்ட்டின் புகைப்படம் ஜோசியர் வழியாக, நாட்டாமை, மணியக்காரர் என்று பல கைகளுக்கு மாறிவிட்டது.

"பையன் அழகா இருக்கான். கொஞ்சம் கறுப்போ!"

விசுவநாதனுக்குக் கோபம் வந்துவிட்டது.

"கறுப்பென்ன கறுப்பு? இருக்கட்டுமே. கறுப்புதான் கண்ணனோட நிறம். கும்பிடலையா? முகம் எத்தனை களையா இருக்கு. அந்த அடர்த்தியான மீசையும், தீர்க்கமான

மூக்கும்... இத்தனை ஆண்மையா இந்தக் கிராமத்துல யார் இருக்காங்க?''

யாமினி குளிக்கப்போன இடத்தில்,

கோயிலுக்கு விளக்கேற்றப் போனபோது, மளிகைக் கடையில் கடுகு வாங்க வந்தபோது...

''நாங்களும் பார்த்தோம்மா பாஸ்கரோட போட்டோவை.''

கண்ணாத்தா கிழவி நமட்டாகச் சிரித்து, ''எனக்கு மட்டும் கொஞ்ச வயசா இருந்தா, இந்தப் புள்ளையை நான் கொத்திட்டுப் போயிருப்பேன்.''

''எப்பக் கல்யாணம்?''

''ராணுவத்துல பெரிய அதிகாரியாமே. தெரியுதே முகத்துல படிச்ச களை. நீயும் கூடவே போயிடுவியா?''

''இந்தி தெரியாதே உனக்கு.''

யாமினிக்கு கூச்சம் தாளவில்லை. வீட்டுக்கு வந்ததும் சிணுங்கலுடன்,

''அப்பா... அவர் போட்டோ பார்க்காதது மரமும், மட்டையும்தான். நாட்டாமை வீட்டு எருமைகூட என்னைப் பார்த்து சிரிக்கற மாதிரி இருக்கு. ஏன்பா இத்தனை பிரச்சாரம்? வெக்கமா இருக்கு எனக்கு.''

''பின்ன? சும்மாவாடா கண்ணு? விசுவநாதனோட மாப்ளைனா. இந்த எல்லைல காலை வச்சதுமே ஊரே கூடி வரவேற்கணும். அதான் இத்தனை விளம்பரம்.''

உள்ளே ஓடினாள் யாமினி.

பகவத்கீதையில் பத்திரப்படுத்தி வைத்திருந்த ராபர்ட்டின் புகைப்படத்தை வெளியே எடுத்தாள்.

நெஞ்சோட அணைத்துக்கொண்டாள்.

"பாஸ்கர்! என்னோட பாஸ்கர்!"

சுற்றிலும் ஒருமுறை பார்த்துவிட்டு, அந்தப் புகைப்படத்தை எடுத்து பளிச்சென முத்தமிட்டாள்!

***

அத்தியாயம்

3

ராபர்ட் இரயிலேறி விட்டான்.

முதலில் வெண்பட்டு கிராமம் போய், விசுவநாதனைப் பார்த்து விவரத்தைப் பேசிய பின்பு, தன் வீட்டுக்குப் போய்க் கொள்ளலாம் என்று தீர்மானித்தான்.

'விசுவநாதனிடம் எப்படிப் பேசுவது?'

'பாஸ்கர் இப்போது இருக்கும் நிலை, இந்த விபத்து, சகலமும் சொல்லித்தான் ஆகவேண்டும்.'

'ஓர் ஆபரேஷனில் பழைய பாஸ்கராகி விடுவான். ஒரு வருஷம்... ஒரே ஒரு வருஷம் யாமினி காத்திருந்தால் போதும் என்று எடுத்துச் சொல்லவேண்டும்.'

பாஸ்கரின் புகைப்படம் ஏற்கெனவே அங்கே போய்விட்டது.

'அந்தப் பெண்ணின் நெஞ்சில் அது பதிந்து போயிருக்கும்.'

'பாஸ்கர் என்ன நேரிலா பார்த்தான் யாமினியை? ஒரு புகைப்படமே அத்தனை ஆழமாக்க காதலைச் செதுக்க முடியுமா?'

'முடிந்திருக்கிறதே!'

'ஒருமுறை பார்த்தாலே மனதைக் கொள்ளை கொள்ளும் வசீகரம்தான்.'

'யாமினி காதலிக்கத் தொடங்கியிருப்பாள்.'

'அதனால் காத்திருத்தல் என்பதில் எந்தப் பிரச்னையும் இருக்காது.'

மூன்று இரயில்கள் மாறி, பஸ் பிடித்து வெண்பட்டுக் கிராமத்தின் எல்லையை ராபர்ட் தொடும்போது, காலை ஏழரை மணியாயிருந்தது.

கோயில் கோபுரம் தெரிந்தது.

கிராமத்தின் பசுமை, வயல்வெளிகளில் நர்த்தனமாடிக் கொண்டிருந்தது.

உள்நோக்கி நடக்கத் தொடங்கினான் ராபர்ட்.

"வீடுகள் எல்லாம் உள்ளே இருக்கா?"

எதிர்ப்பட்ட ஒரு விவசாயியிடம் கேட்டான்.

"நீங்க ஆரைப் பார்க்கணும் தம்பி?"

"விசுவநாதன்னு..."

அந்த நபர் கூர்ந்து பார்த்தார்.

"அட, மாப்ளைத் தம்பி மாதிரி இருக்கே! நீங்க ராணுவத்துலேர்ந்து வர்றீங்களா?"

"ஆமாம்."

"வாங்கத் தம்பியோ... நானே கொண்டாந்து விடறேன்."

'மாப்ளைத் தம்பியா?'

'என்னை எப்படி இவனுக்குத் தெரியும்?'

'ராணுவம் என்கிறார் சரியாக.'

'சரி பார்த்துவிடலாமே.'

அந்த நபரைப் பின்பற்றி நடக்க, எதிர்ப்பட்ட நாலைந்து பேரிடம் "விசுவநாதன் சாமியோட மாப்ளை."

ராபர்ட்டுக்கு என்னவோ போலிருந்தது.

'எப்படி? ஏன் இப்படிச் சொல்கிறார்கள்?'

அதற்குள் ஒரு சிறுவன் தலைதெறிக்க ஓடி விசுவநாதன் வீட்டுக்குள் புகுந்துவிட்டான்.

"அக்கா!"

"என்னடா?" அம்மியில் துவையலுக்கு அரைத்துக் கொண்டிருந்தாள் யாமினி.

"உன்னோட ஆள் வந்தாச்சு."

"என்னடா உளர்ற?"

"மாப்ளை சார் வந்தாச்சு." சொல்லிவிட்டு ஓட, விசுவநாதன் சட்டென வெளிப்பட்டார்.

வாசலில் ஒருவன் நின்று கூவினான்.

"சாமி... ராணுவ மாப்ளை வந்தாச்சு."

விசுவநாதன் துண்டை எடுத்து மேலே போர்த்திக்கொண்டு பரபரப்புடன் வெளிப்பட்டார்.

"கண்ணாத்தா! கொஞ்சம் ஆரத்தி கரைச்சு வை."

பூக்காரி எதிர்ப்பட்டாள்.

"மாலையா வர்ற மாதிரி கொஞ்சம் ஜாதிப்பூ குடும்மா."

அவள் 12 முழம் தந்தாள்.

விசுவநாதன் படபடவென செயல்படத் தொடங்கினார்.

"அம்மாடி! சாமிப் படில விளக்கேத்தி வை."

யாமினிக்கு வெட்கம் பிடுங்கித் தின்றது. உள்ளே ஓடிபோய் விளக்கேற்றினாள். கைகூப்பித் தொழுதாள்.

"அவர் வந்தாச்சு. எந்த வில்லங்கமும் இல்லாம என் கல்யாணம் நடக்கணும்."

அந்தப் புகைப்படத்தைக் கையில் எடுத்தாள்.

திரும்பவும் முத்தமிட்டாள்.

அதற்குள் பெருத்த சங்கடமாகிவிட்டது.

முதலில் துணைக்கு ஒரு விவசாயி வர, அவன் நாலைந்து பேரிடம் சொல்லி அவர்களும் சேர்ந்துகொள்ள, சற்று நேரத்தில் படிப்படியாகக் கூட்டம் சேர்ந்து ஓர் ஊரே ராபர்ட் பின்னால் வந்து கொண்டிருந்தது.

ஊர் பின் தொடர்வதுகூட ராபர்ட்டைப் பாதிக்கவில்லை.

கொஞ்சம் பெருமையாகக்கூட இருந்தது.

வெண்பட்டு கிராமத்தின் வரவேற்பும், விருந்தோம்பலும் திணற வைத்தன.

ஆனால் 'மாப்பிள்ளை' என்ற அந்தச் சொல்தான் உறுத்தியது.

'நான் ராணுவத்திலிருந்து வருகிறேன் என்பது, ஒரு வார்த்தைகூடக் கேட்காமல் எப்படி இவர்களுக்குப் புரிந்தது என்று இன்னமும் தெரியவில்லை.'

'பாஸ்கர் தன் புகைப்படத்தை அனுப்பும்போது, என் புகைப்படத்தையும் சேர்த்து அனுப்பிவிட்டானா?'

'ச்சே! என்ன ஓர் அபத்தமான கற்பனை.'

விசுவநாதன் இருந்த தெருவுக்குள் ராபர்ட் நுழைய மெலிதான நாதஸ்வரம் கேட்டது. தன் வீட்டு டேப் ரிக்கார்டரில் தயாராக வைத்திருந்த நாதஸ்வர காஸெட்டைப் போட்டுவிட்டார் விசுவநாதன்.

வீட்டை ராபர்ட் நெருங்க,

கண்ணாத்தா ஆரத்தியுடன் வெளிப்பட்டாள்.

ஒரு சிறுவன் மாலையுடன் நின்றான்.

"இதுதான் அவர் வீடு."

விசுவநாதன் முகமெல்லாம் சிரிப்பாக வெளிப்பட்டார்.

"மாலையை போடுரா தம்பி."

அந்தச் சிறுவன் சாதிப்பூ மாலையைப் போட, நாதஸ்வரம் பெருத்த ஓசையுடன் ஒலிக்க, கண்ணாத்தா ஆரத்தி சுற்றினாள்.

ராபர்ட்டுக்குத் தவிப்பாக இருந்தது.

'என்னவென்று குழப்பமாக இருந்தாலும், ஏதோ ஒரு தப்பு நடந்திருக்கிறது என்று மட்டும் புரிந்தது.'

கண்ணாத்தா பொட்டு வைத்தாள்.

"வாங்க மாப்ளை."

விசுவநாதன் வாய் நிறைய வரவேற்க, உள்ளே பாய் விரிக்கப்பட்டது.

"இனிமே சம்பிரதாயமெல்லாம் போதும். ராணுவ மாப்ளை. அவரை நாற்காலியில் உட்கார வைங்க."

விசுவநாதனே நாற்காலியைத் தன் மேல் துண்டால், துடைத்து, அவரை உட்கார வைத்தார்.

கதவுக்கு வெளியே 'பயாஸ்கோப்பு' பார்க்கும் ஆர்வத்துடன் ராபர்ட் மேல் பதித்த விழிகளை எடுக்காமல் கிராமத்து மக்கள்.

அவன் சற்றுச் சங்கடமாக நெளிந்தான்.

விசுவநாதன் சட்டென அதைக் கவனித்தார்.

"எல்லாரும் போயிட்டு பொறவு வர்றீகளா? மாப்ளை ஓய்வெடுக்க வேணாம்?"

அவர்கள் சற்று ஏமாற்றத்துடன் விலகிப்போக,

விசுவநாதன் கதவைச் சாத்திவிட்டு வந்தார்.

"யாமினி! காபிகொண்டு வாம்மா."

கொலுசு சப்தம் ஒரு தாள லயத்துடன் கேட்டது. ராபர்ட் விழிகளை உயர்த்தினான்.

உயர்த்திக் கட்டிய சுங்கிடியில் கணுக்காலின் வெண்மை பளீரென அடிக்க, கையில் பிடித்த காபி டம்ளருடன் யாமினி ஒரு ரதம்போல சன்னமாகக் குலுங்கியபடி வந்தாள்.

"காபியைக் கீழே வச்சிட்டு, முதல்ல அவரை நமஸ்காரம் பண்ணும்மா."

ராபர்ட் பதறிவிட்டான்.

"எ... என்னை எதுக்கு?"

"என்ன மாப்ளை உங்களை நமஸ்காரம் பண்ணாம யாரைப் பண்ணுவா? கட்டிக்கப்போற புருஷனைக் காலைத்தொட்டு வணங்கறது இந்த மண்ணோட பண்பாடு."

தூக்கிவாரிப் போட்டது ராபர்ட்டுக்கு.

'க...கட்டிக்கப் போற புருஷனா?'

'மாப்பிள்ளை என்று அந்த ஊரே சொல்ல, முதலில் ஒரு மாதிரித்தான் இருந்தது.'

'எப்படி அடையாளம் தெரிந்தது என்ற குழப்பம் வேறு இன்னும் தீர்ந்தபாடில்லை.'

'வாசலில் கால் பதிக்க ஆரத்தி, மலர்-மாலை என்று சகலவித ராஜ உபசாரமும், வெல்வெட் கம்பள வரவேற்பும் என்னவோ செய்தது.'

'ஊர் கூடி நிற்கையில் என்ன பேச முடியும்?'

'யாரிடம் எதைக் கேட்க முடியும்?'

'கட்டிக்கப் போற புருஷன்!'

'இவர்களது குழப்பத்தை இனிமேலும் நீடிக்கவிடக் கூடாது. அது பாவம்.'

"சார்... வந்து பாஸ்கர்..."

"தெரியும். உங்க பேரு பாஸ்கர்னு தெரியும் எனக்கு. என் மகளைக் கட்டிக்கப்போற உங்களை நான் பாஸ்கர்னு பேரைச் சொல்லி அழைக்கக் கூடாது."

"சார்... நான் பாஸ்கர் இல்லை."

விசுவநாதன் சடாரென விழிகளை அவன் முகத்தில் அப்படியே நிறுத்தினார். ஒரு நிமிடம்போல நிலைக்கவிட்டு, பளீரெனச் சிரித்தார்.

"பார்த்தியாம்மா? மாப்ளை அதுக்குள்ள தமாஷ் பண்ண ஆரம்பிச்சிட்டார். அவர் பாஸ்கர் இல்லையாம். உன்னைப் பார்த்ததும் தான் யாருன்னே மாப்ளைக்கு மறந்துப்போச்சு. காபியை எடுத்து கையில குடும்மா. கொஞ்சம் ஓய்வெடுத்துட்டுக் குளிக்கப்போங்க மாப்ளை. நான் தண்டபாணியைப் பார்த்துட்டு வந்துர்றேன்."

உள்ளே வந்தார் விசுவநாதன்.

"அம்மாடி இங்கே வா."

"வர்றேன்பா." யாமினி உள்ளே வந்தாள்.

"மீசைதான் பெரிசா இருக்கு. மிலிடிரிக்காரன் மாதிரியே இல்லை. கூச்சசுபாவம். உன்னை நிமிர்ந்து பார்க்கவே அவர் வெட்கப்படறார். என் மாப்ளை ஒரு முரடன் இல்லை. புஷ்பம் மாதிரி மனசு. சந்தோஷமா இருக்கும்மா. இட்லி ஊத்தி வை. நான் வந்துர்றேன் இப்ப."

அவர் வெளியேற,

தவித்தான் ராபர்ட்.

'நான் பாஸ்கர் இல்லை என்று சொல்லியும், அதை ஏற்றுக் கொள்ளாமல் அதைக்கூட வேடிக்கையாக்கி...'

'ஓ ஆண்டவரே... அந்த அளவுக்கா இவர்கள் மனதில் நான் பதிந்து போய்விட்டேன்?'

‘எப்படி?’

‘என்னை ஏன் பாஸ்கர் என்று அழைக்கிறார்கள்?’

‘என்ன குழப்பம்?’

யாமினி வெளியே வந்தாள்.

“ட்ரஸ் மாத்திக்கறீங்களா? அப்பாவோட வேட்டி தரட்டுமா?”

“அதிருக்கட்டும். என்னை எப்படி இந்தக் கிராமத்து மக்களுக்கு அடையாளம் தெரிஞ்சது?”

“அதையேன் கேக்கறீங்க? உங்க போட்டோவை ஒருத்தர் பாக்கியில்லாம காட்டிட்டார் அப்பா. உங்க வரவுக்காக வெண்பட்டு கிராமமே ஆவலா காத்துட்டு இருக்கு.”

“என் போட்டோவா?”

“அதான் தபால்ல நீங்க அனுப்பித் தந்தீங்களே.”

“கொண்டா அதை.”

யாமினி உள்ளே போய்த் திரும்ப, அந்தக் கடிதமும் இவன் புகைப்படமும் இருந்தது.

‘எ...எப்படி என் புகைப்படம் இதில் வந்தது?’

யோசித்தான்.

காட்சிகள் கண்முன் ஓடின.

‘நான் கவிதையுடன் வைத்த புகைப்படம் இது. பாஸ்கர் கடிதத்துடன் வைத்தது அவன் புகைப்படம்.

அவனுக்கு விபத்து என்றவுடன் நான் ஓடினேன்.

கவரை ஒட்டித் தபாலில் சேர்த்தது அந்த வட இந்திய சிப்பாய்.

புகைப்படம் எப்படியோ மாறிவிட்டது. நான் இருந்திருந்தால் கடிதத்தைச் சரிபார்த்து புகைப்படத்தை வைத்திருப்பேன்.

தமிழ் தெரியாத சிப்பாய் அவன்.

ஜன்னலோரம் மேஜை இருந்தததால் காற்றடித்திருக்கலாம்.

காற்று வீசியதில் காதல் நெஞ்சின் முகம் மாறிவிட்டதா?'

ராபர்ட்டால் அதிர்ச்சியைத் தாங்க முடியவில்லை.

'என் உருவம் இவர்கள் மனதில் பதிந்துவிட்டது. விசுவநாதனுக்கு இருக்கும் உற்சாகத்தில் ஊர் முழுக்க என்னை விளம்பரப்படுத்தியாகி விட்டது.'

'இந்த நிலையில் நான் பாஸ்கர் அல்ல, ராபர்ட் என்று சொன்னால், என்ன நேரும் இவர்களுக்கு?'

'ஊரில் இனி என் முகத்தை மாற்றி எழுத முடியுமா?'

'இவன்தான் பாஸ்கர் என்று என்னைக் காதலிக்கத் தொடங்கிவிட்ட யாமினியிடம் நான் ராபர்ட் என்றால் தாங்குவாளா?'

'விசுவநாதனுக்கு அந்த நொடியே இதயம் நின்றுவிடாது?'

'அதற்காக இந்தப் பெண்ணை நான் ஏமாற்றலாமா?'

'இவள் மேல் உயிரையே வைத்துக்கொண்டு, இவளைத்தான் மனைவியாக அடைவது என்ற தாபத்துடன் காத்திருக்கும் பாஸ்கர் ஏமாந்து போகலாமா?'

'என்னை நம்பி தூதுவிட்டிருக்கும் பாஸ்கருக்கு நான் துரோகம் செய்யலாமா?'

கேள்வி மேல் கேள்வி வந்தது.

உடனடியாக பதில் வரவில்லை.

''உங்க போட்டோ பார்த்து நீங்களே மயங்கிட்டா எப்படி? குடுங்க அதை. என் சொத்து இது.''

''யாமினி!''

''சொல்லுங்க.''

"பாஸ்கரை நீ ரொம்ப நேசிக்கிறியா?"

"ஏன் என்னை நேசிக்கிறியான்னு கேக்கக்கூடாதா? நீங்க பேசறது கொஞ்சம் வினோதமா இருக்கு. ஆனா எனக்குப் பிடிச்சிருக்கு. பதில் சொல்லட்டுமா? இந்த பாஸ்கர் மேல யாமினி உயிரையே வச்சிருக்கா."

அவனை சுட்டிக் காட்டினாள்.

"ஒரு பெண் மனசுல ஒருமுறை பதிவாயிட்டா அதை மாற்றவே முடியாதா யாமினி?"

"ஏன் மாற்றணும்? என் ரத்தத்துல கலந்துட்ட உங்களை எப்படி நான் பிரிக்க முடியும்? பிரிச்சா, என் சுவாசமும் பிரிஞ்சிடும். எல்லாரையும் போலவா நம்ம இணைப்பு? நாலு வருஷமா அப்பா என் ஜாதகத்தைக் கையில எடுத்துட்டு பேயா அலைஞ்சு அப்படி ஒரு பொருத்தம் பார்த்தாரே... ஊரே சொல்லிடுச்சு... விசுவநாதன் பொண்ணுக்கு இந்த ஜன்மத்துல கல்யாணம் நடக்காதுன்னு. அதைப் பொய்யாக்க வந்த புண்ணிய புருஷனாச்சே நீங்க. அதனாலதான் அப்பாவுக்கு நெஞ்சு கொள்ளாத சந்தோஷம். தமுக்கடிச்சிட்டார் உங்க படத்தை ஊர் முழுக்க."

விசுவநாதன் வந்துவிட்டார்.

"வா தண்டபாணி! இவர்தான் மாப்ளை."

"வணக்கம்."

"இவர் ஜோசியர். உங்க ஜாதகத்தை என்கிட்ட சேர்த்தவர். அற்புதமான மாப்ளையை எனக்கு வாங்கித் தந்தவர்."

தண்டபாணி கூச்சத்துடன் நெளிவு.

"வெந்நீர் ரெடியாம்மா? மாப்ளை குளிக்கட்டும். எல்லாருமா டிபன் சாப்பிடலாம். தண்டபாணி நீயும்தான்."

"வேணாம் விசு. எனக்கு அவசர வேலை இருக்கு. சாயங்காலம் வர்றேன்."

"அட இருடா! கையோட முகூர்த்தம் குறிச்சுத் தந்துட்டுப் போயிரு."

"மாப்ளைக்கு எத்தனை நாள் லீசுன்னு தெரிய வேண்டாமா?"

"அதெல்லாம் இருக்கட்டும். மிலிடிரிலேருந்து மூணு நாள் லீவுல யாரும் வரமாட்டாங்க."

தன் பெட்டி திறந்து டவல், சோப், பேஸ்ட் என்று சகலமும் எடுத்தான் ராபர்ட்.

மேற்படி உரையாடல்கள் அத்தனையும் காதுக்குள் நுழைந்தது.

'கல்யாணத் தேதியை குறிக்கும்வரை வந்துவிட்டார்கள்.'

'இனிமேலும் பேசாமல் இருப்பது நல்லதா?'

'பேசிவிட்டு, அதுவே இந்தக் குடும்பத்துக்கு பெரும் பாதகமாய் அமைந்துவிட்டால்?'

'நான் பாஸ்கரல்ல என்ற அதிர்ச்சியில் விசுவநாதனின் இதயம் நின்றுவிட்டால்?'

'யாமினி காதலிப்பது பாஸ்கர் என்ற பெயரல்ல!'

'புகைப்படம் மூலம் முந்தி வந்த என்னை!'

'விதி!'

'புகைப்பட ரூபத்திலும், நேரிலும் என்னையே இவர்களிடம் கொண்டுவந்து சேர்த்த விதி.'

'சரி! அதற்காக இவளைத் திருமணம் செய்துகொள்ள முடியுமா நான்?'

'நாளை இந்த விவரம் தெரிய வந்தால்?'

'பத்துப் பொருத்தம் அமைய நாலாண்டுகள் காத்திருந்த ஒருவரது மகளுக்கு ஒரு கிறிஸ்துவ இளைஞன்

புருஷனாகிவிட்ட கொடுமை தெரிந்தால் இந்த விசுவநாதன் உயிர் அந்த நிமிடமே போய்விடாதா?'

'உண்மையைச் சொன்னால் இப்போது அதிர்ச்சி!'

'சொல்லாவிட்டால் நாளைக்கு அதிர்ச்சி.'

'இது பொய்.'

'ஆள்மாறாட்டம்.'

'இம்பர்ஸனேஷன் சட்டப்படி மாபெரும் குற்றம்.'

'புகைப்படம் பார்த்து உன்னை பாஸ்கர் என்று நினைத்தது இவர்கள் குற்றம்.'

'அல்ல. பாஸ்கர் எழுதிய கடிதத்தில் ஏன் புகைப்படத்தை அனுப்பினாய். அது யார் தவறு?'

'வேண்டுமென்றே செய்யவில்லை.'

'விதி விளையாடிவிட்டது.'

'ஏன் புகைப்படம் மாறவேண்டும்?'

'பாஸ்கருக்கு திடீரென விபத்து உண்டாகி, அவன் வரவேண்டிய இடத்துக்கு நான் ஏன் வரவேண்டும்?'

'எது என்னை யாமினியிடம் கொண்டுவந்து சேர்க்கிறது.'

கேள்வி மேல் கேள்வி புறப்பட்டது.

இயந்திரகதியில் பல் தேய்த்து, குளித்துத் தலை துவட்டினான்.

லுங்கியும் திறந்த மார்புமாக வெளிப்பட்டான்.

"லுங்கி வேண்டாம். இந்தக் கிராமத்துல யாரும் கட்டமாட்டாங்க. இந்தாங்க எட்டுமுழ வேட்டி."

அதை வாங்கிக்கொண்டு உள்ளே போனான்.

கட்டிக்கொண்டு, ஈரத்தலையை துவட்டியபடி அவன் வெளிப்பட,

அவன் மார்பில் தொங்கிய அந்த தங்க சங்கிலியை யாமினி பார்த்தாள்.

அருகில் வந்தாள்.

"இதென்ன புதுமாதிரியான டாலர்? அழகா இருக்கே!"

உரிமையுடன் அதைக் கையில் எடுத்தாள்.

அது...

தங்கச்சிலுவை!

***

அத்தியாயம்

4

"இது சிலுவை இல்லையா?"

"ஆமாம் யாமினி!"

"இந்து மதத்தைச் சேர்ந்த நீங்க இதைக் கழுத்துல போடலாமா?"

"சொல்லிவிடு ராபர்ட்! இதுதான் சரியான சந்தர்ப்பம் நான் பாஸ்கர் இல்லையென்று சொல்லிவிடு."

"அது வந்து..."

"உங்களுக்கு கிறிஸ்துவ நண்பர்...?"

"ஆமாம். ராபர்ட்னு ஒருத்தன் உண்டு. அவன் கொடுத்த பரிசு. அவனோட தாய், தகப்பனைத்தான் என்னைப் பெற்றவங்களா நான் நினைக்கிறேன் யாமினி. எனக்கு மதபேதமில்லை. மனுஷ நேயத்தை மட்டுமே நான் மதிக்கறேன்."

சொல்வதற்குள் ராபர்ட்டுக்கு வேர்வை வழிந்தது.

"சரி வாங்க. அந்த ரூம்ல கண்ணாடி இருக்கு. தலைவாரிட்டு வாங்க. உங்க பெட்டியை அங்கே வச்சிருக்கேன்."

ராபர்ட் உள்ளே வந்தான்.

'ஏன் என்னால் நிஜத்தை சொல்ல முடியவில்லை?'

'எது என்னை தடுக்கிறது?'

'நானும் இந்தப் பெண்ணை விரும்பத் தொடங்கிவிட்டேனா?'

'பாஸ்கருக்கு, உயிர் நண்பனுக்கு, நான் செய்யும் துரோகமல்லவா இது?'

'என்னைப் பெற்றவர்கள் அறிந்தால், என் மேல் உள்ள மதிப்பு என்னவாகும்?'

'ஓர் இந்துக் குடும்பத்துப் பெண் ஒருத்தியை நான் மனைவியாக ஏற்பதை அவர்கள் ஒப்புக்கொள்வார்களா?'

'ஜாதகத்தில் ஒரு பொருத்தம்கூடக் குறையக்கூடாது என்ற பிடிவாத குணம்கொண்ட பெரியவர், நான் ஒரு வேற்று மதக்காரன் என்று அறிந்தால், உயிரைவிட்டு விடமாட்டாரா?'

'அவர்கள் என்ன வேண்டுமானாலும் நினைத்துக் கொள்ளட்டும். சொல்லிவிடு ராபர்ட்.'

'இனி தாமதிக்காதே.'

தலையை வாரிக்கொண்டான். லேசாகப் பவுடர் போட்டுக்கொண்டு, வேட்டியை இறுக்கிக் கட்டினான். சட்டையை எடுத்து மாட்டிக்கொண்டான்.

கூடத்துக்கு வந்தான்.

யாமினி ஒரு சின்ன டப்பாவை எடுத்து வந்து நீட்டினாள்.

"என்னது?"

"விபூதி."

"வேண்டாம் யாமினி."

"எ... என்னது வேண்டாமா?"

"நான் மிலிடிரிக்காரன். எல்லா மதக்காரர்களும் நண்பர்கள். எந்த மதச்சின்னத்தையும், யாரும் அணியறதில்லை. மனசுல தெய்வம் இருந்தாப்போதும்."

“வெரிகுட் மாப்ளை சார்.” விசுவநாதன் பாராட்டினார்.

“த பாருங்கப்பா. இத்தனை சொல்றவர் கழுத்துல தங்கச்சங்கிலில சிலுவை. கேட்டா, நண்பர் தந்த பரிசாம்.”

“ரொம்ப நல்லது. மாப்ளை சார் மனிதர்களை அதிகமா மதிக்கறவர். உன்னதமான குணம்தானே அது?”

ராபர்ட் நெளிந்தான்.

“தேதியை ஜோசியர் குறிச்சுத் தந்தாச்சு. உங்களுக்கு உறவுக்காரங்க யாருமே இல்லையா?”

“ஏன் இல்லை? அப்பா, அம்மா இருக்காங்களே!”

“அப்பா, அம்மாவா?”

“அப்பா... நண்பர் ராபர்ட்டோட பெத்தவங்களைச் சொல்றார்.”

“ஓ... சரி, உங்க ரத்தபந்தம்?”

“அவங்களைத்தான் அப்படி நான் நினைக்கிறேன்.”

“சரி. கல்யாணத்தை நம்ம கிராமத்துல வச்சுத் தடபுடலா நடத்திரலாமா?”

“கல்யாணத்துக்கு இப்ப அவசரமா?”

“ஆமாம் மாப்ளை சார். எல்லாம் பொருந்தியிருக்கு. இனிமே தள்ளிப்போட வேண்டாம். எனக்கு வயசாச்சு. நான் எத்தனை நாளைக்கோ? இந்தப் பொண்ணை உங்க கையில் ஒப்படைச்சிட்டுப் போயிர்றேன் நான்.”

ராபர்ட் பேசவில்லை.

“நான் கொஞ்சம் வெளில போகணும். இனிமே கல்யாண வேலைகள் நிறைய இருக்கு.”

“இதுல ஒரு சிக்கல் இருக்கு.”

“என்ன?”

"கல்யாணம் நடந்தாக்கூட உடனடியா யாமினியைக் கூட்டிட்டுப் போகமுடியாது."

"ஏன்?"

"க்வார்ட்டர்ஸ் கிடைக்கறது கஷ்டம். ஒரு வருஷமாகும் வீடு கிடைக்க. அதனாலதான் ஒரு வருஷம் கழிச்சு கல்யாணம்..."

"வேண்டாம். தாலி கட்டிட்டா உங்க மனைவின்னு ஆயிடுவா. என் பாரம் குறைஞ்சிருமே. இங்கே விட்டுட்டுப் போயிடுங்க. வீடு கிடைச்ச உடனே வந்து கூட்டிட்டுப் போங்க. ஒரு வருஷம்கூட என் மகள் என்னோட இருப்பாங்கறது சந்தோஷம்தானே?"

ராபர்ட்டுக்கு என்ன சொல்வதென்று தெரியவில்லை.

"நான் போயிட்டு வந்திடுறேன்."

"எனக்குக்கூட இந்த கிராமத்தைப் பார்க்கணும்."

"இப்ப வெயில் ஏறிப்போச்சு. பிரயாணக் களைப்பு இருக்கும் உங்களுக்கு. சாப்டுட்டு ஒரு தூக்கம் போடுங்க. சாயங்காலம் யாமினி உங்களைக் கூட்டிட்டு போவா!"

அவர் போய்விட்டார்.

'எத்தனை நம்பிக்கை என்மேலே?'

"யாமினி."

"சொல்லுங்க."

"இன்னும் கல்யாணம்கூட ஆகலை. என்னை இந்த வீட்ல உன்னோட தனியா விட்டுட்டுப் போறாரே உங்கப்பா?"

"நம்பிக்கை. அப்பா முகம் பார்த்து மனிதர்களோட குணத்தை சுலபமா எடை போட்ருவார். உங்களை அப்பாவுக்கு ரொம்பப் பிடிச்சுப்போச்சு. சாதாரணமா விபூதி வைக்காதவர்களை கோபப்படுவார். ஏன் பாழ் நெத்தினு கேட்பார். சிலுவை

மாதிரி வேற்றுமத சங்கதிகளை ஒப்புக்கவே மாட்டார். ஆனா உங்ககிட்ட எல்லாத்தையும் அப்பா ரசிக்கிறார். ஆச்சர்யமா இருக்கு.''

''நான் பாஸ்கர் இல்லை ராபர்ட்னு சொன்னாக்கூட உங்கப்பா உன்னைக் கட்டித்தருவார் போலிருக்கே.''

''போதுமே விளையாட்டு. உங்க மேல நாங்கள்லாம் உயிரையே வச்சிருக்கோம். இப்படியா எங்களை ஆட்டம் காட்டறது?''

''க்வார்ட்டர்ஸ் கிடைக்க நிஜமாவே ஒரு வருஷம் ஆகும் யாமினி. அது விளையாட்டு இல்லை.''

''பரவால்லைப்பா. நான் இங்கே இருந்துக்கறேன்.''

அவனால் பேச முடியவில்லை.

''சரி நீங்க படுங்க. நான் சமையலை கவனிக்கணும். காபி ஏதாவது வேணுமா?''

''வேண்டாம் யாமினி.''

அவள் உள்ளே போய்விட்டாள்.

பயணக் களைப்பு நிஜமாகவே இருந்தது. மனசு அதைவிடச் சோர்ந்து கிடந்தது.

'நான் நிஜம் சொன்னால் நிச்சயம் இந்தப் பெரியவரும் யாமினியும் நொறுங்கிப் போவார்கள்.'

'ஊர் மத்தியில் நான் பதிவாகி விட்டேன்.'

'அதை இனி அழிக்க முடியாது.'

'அப்படியானால் யாமினியை நான் மணந்து கொள்ளலாமா?'

'என்னைப் பெற்றவர்களிடம் ஒரு வார்த்தை கேட்காமலா?'

'அப்பா குழந்தைக்காலம் தொட்டே அச்சுறுத்தும் நபரா இருந்ததில்லை. நல்ல நண்பராகப் பழகியவர்.'

'சொன்னால் அப்பா புரிந்து கொள்வாரா?'

பலவித குழப்படி எண்ணங்களுடன் உறங்கிப்போனான்.

கண் விழித்தபோது உள்ளே விசுவநாதனின் பேச்சுக் குரல் கேட்டது. நேரம் பார்த்தான்.

மாலை ஐந்து மணி.

'வெகுநேரம் உறங்கி விட்டேனா?'

மெல்ல எழுந்தான். வெளியே வந்தான்.

"அவர் எழுந்துவிட்டார்மா. காபி குடு."

ராபர்ட் முகம் கழுவிக்கொண்டு வந்தான். காபியும் ஏதோ ஒரு சிற்றுண்டியும் ஆவி பறக்க வந்தது.

"சாப்பிட்டு சாப்பிட்டு சதை போட்றப் போறேன் ஒரு மாசத்துல."

"முடிச்சிட்டு வாங்க. ரெண்டு பேரும் உள்ளுர் கோயிலுக்குப் போயிட்டு, கிராமத்தை ஒரு சுற்று சுற்றிட்டு வரலாம்."

"ரெண்டு பேருமா?"

"ஏன் மாப்ளை சார்? போயிட்டு வாங்களேன்."

"கல்யாணத்துக்கு முன்னால் சேர்ந்து கோயிலுக்கெல்லாம் போறது நியாயமா?"

"ஏன்? என்ன தப்பு? நீங்கதான் என் மாப்ளைன்னு ஊருக்கே தெரிஞ்சாச்சு. அதை மாற்ற அந்த ஆண்டவனே நினைச்சாலும் இனிமே நடக்காது. அப்புறமென்ன?"

"பாவம்! எத்தனை நம்பிக்கை?"

"புறப்படும்மா சீக்கிரம்."

"அவரை ரெடியாகச் சொல்லுங்கப்பா."

"என் பட்டு வேட்டியை எடுத்துக் குடும்மா. கட்டிட்டுப் போகட்டும். மாப்ளை சார், எங்க ஊர் கோயிலுக்குள்ள

சட்டை போட்டுட்டு போகக்கூடாது. அப்புறம் இந்தச் சிலுவை டாலர்...''

''மன்னிக்கணும். அதைக் கழட்டக்கூடாது.''

''சரி சரி. நட்பை மதிக்கற உங்களை நான் மாற்ற முயற்சிக்கக் கூடாது. போயிட்டு வாங்க. தப்பில்லை. சீக்கிரம் புறப்படும்மா.''

யாமினி பட்டுச் சேலை கட்டித் தயாராகி விட்டாள்.

ராபர்ட், விசுவநாதனின் பட்டுவேட்டி கட்டி அவளுடன் புறப்பட்டான். கிராமத்தின் ஊடே இருவரும் நடக்க, அத்தனை முகங்களும் ஜன்னல்களில் ஜனிக்க,

ராபர்ட்டுக்குக் கூசியது.

'இது சட்டப்படியும் குற்றம்தான்.'

'ஆள்மாறாட்டம்.'

'புகைப்படம் அனுப்புவதிலிருந்தே ஆள்மாறாட்டம். நாளை யாமினி என் மேலே வழக்குக்கூட தொடரலாம்.'

'ஏன்? ஏன் என்னால் நிஜம் பேச முடியவில்லை? நாக்கு எழும்பாமல் போக என்ன காரணம்?'

கோயில் வாசலை அடைந்துவிட்டார்கள். அர்ச்சனை தட்டு, இத்யாதிகளை யாமினி சேகரித்துக் கொண்டாள். சட்டையை அவிழ்த்து அவனிடமிருந்து வாங்கிக்கொண்டாள்.

உள்ளே நுழைந்தார்கள்.

கோயிலில் சுமாரான கூட்டம். அத்தனை பேரும் யாமினியை மகிழ்ச்சியுடன் பார்த்தார்கள்.

ராபர்ட் கிறிஸ்துவர் குடும்பத்தில் பிறந்தாலும் குழந்தைக்காலம் தொட்டே வளர்ந்தது எதிர்வீட்டு பிராமணர் குடும்பத்தில்தான். அப்பாவுக்கு ரயில்வே உத்யோகம். அடிக்கடி மாற்றல். அப்பா, அம்மா இருவருக்குமே மதவெறி எல்லாம்

கிடையாது. எல்லாரையும் ஏற்றுக்கொள்ளும் மனிதாபிமானம் உண்டு. அம்மா எதிர்வீட்டு மாமியிடம் ரகசியமாக மடிசார் கட்டி, அப்பா அதை போட்டோகூட எடுத்ததுண்டு.

''எங்களைவிட உனக்கு மடிசார் பாந்தமா இருக்குடி ராணி!'' மாமி, அம்மாவைப் பாராட்டியதுண்டு.

சன்னிதானத்துக்கு வந்துவிட்டார்கள். அர்ச்சகர் வந்து குங்குமக் கிண்ணத்தை நீட்டினார்.

''கோத்ரம், நட்சத்திரம் சொல்லுங்கோ!''

சரளமாக கோத்ரம், நட்சத்திரம் சொல்லி பாஸ்கர் என்றாள் யாமினி.

அர்ச்சகர் உள்ளே போய்விட, யாமினி கண்மூடி, கைகூப்பி நின்றாள்.

ராபர்ட்டுக்கு வேடிக்கையாக இருந்தது.

'பாஸ்கர், உனக்காக இங்கே அர்ச்சனை செய்யப்படுகிறது. உன் பொருட்டு பிரார்த்தனை செய்கிறாள் யாமினி.'

'ஆனால் என்னை நீ என்று நினைத்துக்கொண்டு.'

'இது என்ன விந்தை?'

'கழுத்தில் சிலுவை தொங்க, ஓர் இந்து ஆலயத்தில் பாஸ்கராக நிற்கிறேன் நான்.'

'இது தெய்வ சித்தமா?'

'இல்லை. விதியா?'

அர்ச்சனை முடிந்து தீபாரதனை காட்டப்பட்டது. அர்ச்சகர் தட்டோடு வந்தார்.

ராபர்ட் விபூதி, குங்குமம் எடுத்து நெற்றியில் வைத்துக் கொண்டான்.

'நெஞ்சில் சிலுவை!'

'நெற்றியில் திருநீறு!'

'தவறில்லை. எந்த தெய்வத்தை வழிபட்டாலும் தவறில்லை. நான் இன்ன மதத்தவன், இன்ன ஜாதிக்காரன் என்பது முக்கியமில்லை.'

நீ யார் என்றால், நான் இந்தியன்.

அதுதான் என் அடையாளம்.

'அதற்கும் மேலாக நான் மனிதன்!'

அர்ச்சகர் தெய்வத்துக்கு சார்த்தியிருந்த ஒரு மாலையை எடுத்து வந்து ராபர்ட் கழுத்தில் போட்டார்.

''யாமினி!''

''எங்கள் ஊர் பெண்ணுக்கு நீதான் கணவன் என்று சொல்லும் தெய்வவாக்கு!''

''அதன் அச்சாரம்தான் இந்த மாலை!''

''இந்த பந்தம் ஏற்படக்கூடாது என்கிற விதியிருந்தால், உண்மையை நான் சொல்லியிருப்பேன். ஊரும் அதை ஒப்புக் கொண்டிருக்கும்.''

'என் புகைப்படம்...'

'என் வரவு...'

'ஏன்... ஏன்?'

'யாமினிதான் என் மனைவி என்பது ஆண்டவன் போட்ட முடிச்சு. அதனால்தான் இந்த என் வரவு!'

பிரகாரத்தை யாமினி சுற்றி மௌனமாக அவளைப் பின் தொடர்ந்தான் ராபர்ட்.

ஒரு சுற்று முடிந்ததும், ஓர் ஓரமாக உட்கார்ந்து கொண்டாள்.

''நீங்களும் உட்காருங்க!''

"இருட்டிப்போச்சே?"

"அதனால் என்ன? வீட்டுக்குப் போய் இப்ப என்ன செய்யப் போறோம்?"

ராபர்ட் உட்கார்ந்து கொண்டான்.

"எத்தனை நாள் இந்தக் கோயில்ல உட்கார்ந்து கண்மூடி பிரார்த்தனைல இருந்திருக்கேன்?"

"எதுக்கு?"

"எனக்கொரு நல்ல புருஷன் கிடைக்கணும்னு."

"ஆசை நிறைவேறியிருக்கா?"

"நிச்சயமா. உங்களைவிட ஒரு நல்ல மனிதர் கிடைச்சுருமா?"

"என்னை எப்படி நல்லவன்னு நீ நம்பறே?"

"பெண் மனசுக்குத் தெரியும். தன் வருங்கால வாழ்க்கை எப்படி இருக்கும்னு."

"உன் கழுத்துல தாலி ஏறின பின்னால, நீ எதிர்பாராத பல அதிர்ச்சிகள் உன்னை வந்து தாக்கினா நீ என்ன செய்வே?"

"விளையாடத் தொடங்கியாச்சா?"

"இல்லை யாமினி. நான் சீரியஸாகவே கேக்கறேன்."

"சரி. நானும் பதில் சொல்றேன். அப்படி என்னதான் எதிர்பாராத அதிர்ச்சி எனக்கு வரக்கூடும்."

"நீ நினைச்ச புருஷன் நான் இல்லைன்னு ஆயிட்டா?"

கலகலவென்று சிரித்தாள் யாமினி.

"ஏன் சிரிக்கிற?"

"எனக்கு போட்டோ பார்த்த அன்னிக்கே உங்களைப் பிடிச்சாச்சு. நேர்ல அதைவிடப் பிடிச்சுப்போச்சு. எனக்கு வரப்போற புருஷன் இப்படி இருக்கணும்... இவ்ளோ படிப்பு...

இத்தனை சம்பாத்தியம்... இந்த அழகுன்னு எனக்கு எந்த வரையறையும் இல்லை. எதிர்பார்ப்புகளை வளர்த்துக்கிட்ட பொண்ணுக்குத்தான் ஏமாற்றம். ஆனா, பல மடங்கு உயர்ந்து நிக்கற உங்களைப் பார்த்து நான் பிரமிக்கிறேன்.''

மிரண்டான் ராபர்ட்.

''நிஜமான ஆண்பிள்ளை யார் தெரியுமா?''

''சொல்லு. தெரிஞ்சுக்கறேன்.''

''பெண்களை தப்பான பார்வை பார்க்காதவன். உங்களுக்குத்தான் நான்னு தெரிஞ்சும், என் விரலைக்கூட தீண்டாம இருக்கற உங்களைவிட உத்தமான புருஷன் எந்தப் பொண்ணுக்கும் அமையப் போறதில்லை. போலாமா?''

ராபர்ட் கனமாகத் தாக்கப்பட்டிருந்தான்.

'இந்தப் பெண் வாழ்க்கையை எதிர்கொள்ளும் விதமே வேறாக இருக்கிறது.'

'இவள் சராசரி பெண்களிலிருந்து மாறுபடுகிறாள்.'

'புடவை, நகை, புருஷன் மூன்றையுமே குடுவையில் போட்டுக் கலக்கும் வழக்கமான வர்க்கமல்ல இவள்.'

'உடலைத்தாண்டி, உள்ளத்தை நெருங்கும் ஜீவன்.'

வீட்டுக்கு வர, அப்பா இரைந்து கத்திக் கொண்டிருந்தார்.

''கேட்டேன். அவ்ளோதான். இதுக்காக கோவப்படுவானேன்?''

''எப்படீய்யா என் மாப்பிள்ளையைப் பற்றி நீ அப்படிக் கேட்கலாம்?''

''என்ன விசுவநாதா தப்பு? மிலிடிரில இருந்தா தண்ணியடிக்கற பழக்கம் பெரும்பாலும் இருக்கும். உன் மாப்ளைக்கு உண்டான்னு கேட்டேன். என்ன தப்பு?''

யாமினி உள்ளே நுழைந்தாள். பின்னால் ராபர்ட்.

"வெளியே போய்யா!"

"என்ன பிரச்சனை?"

"ஒ... ஒண்ணுமில்லை மாப்ளை."

"இருங்க! வாங்க சார். உங்க சந்தேகத்தை நான் நிவர்த்தி பண்றேன்."

அந்த மனிதர் விழிக்க,

"எனக்கு மதுவோட ருசி தெரியாது. அசைவம் சாப்பிடற பழக்கம் இல்லை. சிகரெட், பீடி வாசனை குமட்டும். வெத்தலை, பாக்கு போட்டா தலை சுத்தும். போதுமா?"

"கேட்டுக்கோய்யா! இந்த நாலு பழக்கமும் அல்லது நாலுல ஒண்ணாது இல்லாத ஒருத்தனை கிராமத்துல காட்டு. நானும் வெத்தலை, பாக்கு போடறேன். நானே என் மாப்ளைகிட்ட தோத்துட்டேன். போதுமா?"

"மாப்ளை கழுத்துல சிலுவை...?"

"ஆமாய்யா! கிறிஸ்துவ தம்பதிகளால வளர்க்கப்பட்டவர் அவர். நான் ஒரு கிறிஸ்துவன்னு என் மாப்ளை சொன்னாக்கூட பெருமையா மகளைக் கட்டித்தர நான் தயாரா இருக்கேன்."

"விசுவநாதன்... நீ... நீங்களா இப்படி?"

"நான்தான்யா! மாப்ளையைப் பார்த்த பின்னால மதரீதியா எங்கிட்டப் படிஞ்சிருந்த அழுக்குகள் கரைஞ்சாச்சு. மனிதாபிமானம் பார்க்கறார். நட்புக்காக கரம் நீட்டறார். ராணுவத்துல இருக்கார். இந்தியன்னு சொல்லிக்கிற பெருமை இவரைவிட யாருக்கு உண்டு?"

அந்த மனிதர் முகத்தில் ஈயாடவில்லை.

"நான் வர்றேன் விசு. மன்னிச்சிருங்க மாப்ளை சார்."

"எதுக்கும், யாருக்கும் எந்த சந்தேகமும் வரலாம். உங்க மேல எங்களுக்கு எந்த வருத்தமும் இல்லை."

அவர் போய்விட்டார்.

ராபர்ட் சட்டையை எடுத்து மாட்டிக்கொண்டான்.

"கிராமம் எப்படி இருக்கு?"

"பார்க்க சந்தோஷமா இருக்கு. கடமையே கண்ணா வாழற எங்களை மாதிரி ராணுவ வீரர்களுக்கு இந்த மாதிரி இதம் வேணும். எங்களுக்கும் இளைப்பாற ஒரு நிழல் வேண்டாமா? இந்திய எல்லைல இருக்கற எங்களுக்கு நிஜமான இந்தியாவை இங்கேதான் தரிசிக்க முடியுது."

"மாப்ளை சார்... அழகாப் பேசறீங்க. நீங்கப் பேசப்பேச உடம்புல என்னவோ ஆகுது!"

"நாளைக்கு நான் போயிட்டு, நாலைஞ்சு நாள்ல திரும்பிர்றேன்!"

"எங்கே?"

"அப்பா, அம்மாவைப் பார்க்க!"

"கையோட, அவங்களையும் கூட்டிட்டு வந்துருங்க கல்யாணத்துக்கு. உங்க நண்பர் ராபர்ட் வருவார் இல்லையா?"

"அதான் வந்தாச்சே!"

"என்ன சொல்றீங்க?"

சிலுவையைக் காட்டினான்.

"அவனுக்கு லீவு இல்லை. அதனால வரமுடியாது. எப்பவும் என் நெஞ்சுல அவன் இருக்கான்."

"சரி! சாப்பாடு ரெடி பண்ணும்மா. நீங்க திரும்பி வர்றதுக்குள்ளே கல்யாணத்துக்கு வேண்டிய பொருட்களையெல்லாம் நானும் டவுன்ல போய் வாங்கிட்டு வந்திர்றேன்."

அரைமணி நேரத்தில் இரவு உணவு தயாரானது.

சாப்பிட்டான்.

ஆலயம் போய் வந்த பிறகு, விசுவநாதன் தன் மேல் வைத்திருக்கும் அளவு கடந்த பாசத்தைக் கண்ட பிறகு, யாமினியின் அளவுக் கடந்த நேசத்தைத் தெரிந்துகொண்ட பிறகு...

ராபர்ட் ஒரு முடிவுக்கு வந்திருந்தான்.

'நான் உனக்குத் துரோகம் செய்யவில்லை பாஸ்கர்!'

'இது தெய்வத்தின் தீர்ப்பு என்ற நம்பிக்கையில் யாமினியின் கணவனாக நான் சம்மதிக்கிறேன்.'

அவனுக்குப் படுக்கை தயார் செய்தாள் யாமினி.

படுத்தவுடன் உறக்கம் வந்துவிட்டது ராபர்ட்டுக்கு.

நள்ளிரவில் சட்டென விழிப்பு வந்தது. பாத்ரூம் போகவேண்டும் என்று தோன்ற எழுந்தான்.

அறையை விட்டு வெளியே வரும் நேரம்,

கதவைத் திறந்துகொண்டு விசுவநாதன் வெளியே போவதைப் பார்த்தான் ராபர்ட்.

'இந்த நேரத்தில் எங்கே போகிறார்?'

***

அத்தியாயம்

5

ராபர்ட் திரும்பிப் பார்த்தான்.

உள் அறையில் யாமினி நல்ல உறக்கத்தில் இருப்பது அவளது மார்பின் ஏற்றத்தாழ்வுகளில் தெரிந்தது.

ராபர்ட் கதவைத் திறந்துகொண்டு வெளியே வந்தான்.

விசுவநாதன் தெருவில் இறங்கி, வேகமாக நடக்கத் தொடங்கினார். திரும்பிப் பார்த்தால், அவர் கண்ணில் படாதவாறு தன்னை மறைத்துக்கொண்டான் ராபர்ட்.

தெருமுனையில் ஓர் உருவம் நின்றது. தெருவிளக்குகள் அணைந்திருந்தபடியால் சற்றே நீளமான ஒரு கரிய நிழலைத்தான் பார்க்க முடிந்தது.

அதே இடத்தில் நின்றபடி விசுவநாதன் அந்த மனிதருடன் பேசுவது தெரிந்தது. நடுநடுவில் வீட்டுப்பக்கம் அவர் பார்வை இருந்தது. பத்து நிமிடங்களுக்கு மேல் பேசினார்கள்.

விசுவநாதனின் அசைவிலிருந்து அவர் வீடு திரும்புவார் என்று தோன்ற, சட்டென ராபர்ட் உள்ளே நுழைந்து தன்னறைக்குள் சென்று படுத்துக்கொண்டான்.

கண்களை இறுக மூடிக்கொண்டான்.

'இந்த நள்ளிரவு நேரம் யாரைத் தெருமுனையில் சந்திக்கிறார் விசுவநாதன்.'

'அவரது அசைவுகளில் பகிரங்க நோக்கம் இல்லை.'

'சன்னமான திருட்டுத்தனம் இருக்கிறது.'

'நேற்று வந்தவன் நீ. உனக்கேன் அவரைப் பற்றிய ஆராய்ச்சி?'

'என்ன உரிமை உனக்கு?'

'நான் யாமினியை மணக்கப்போகும் புருஷன். விசுவநாதனின் வருங்கால மாப்பிள்ளை.'

'அல்ல.'

உள் குரல் ஒலிக்க, திடுக்கிட்டான் ராபர்ட்.

'விசுவநானின் மாப்பிள்ளையாக வரவேண்டியவன் பாஸ்கர். உன்னை பாஸ்கர் என்று நினைத்துத்தான் தன் மகளுக்கு மணம் முடிக்க சம்மதித்திருக்கிறார் விசுவநாதன்.'

'நீ பாஸ்கராக நடிக்கும் ராபர்ட்.'

'உன் சுயரூபம் தெரிந்தால் சும்மா இருப்பாரா?'

'நீயே திருடன். அவர் நள்ளிரவில் எங்கு போனால் உனக்கென்ன? அதை ஆராயும் யோக்யதை உனக்குண்டா?'

'என் மாப்ளை ஒரு கிறிஸ்தவனா இருந்தாக்கூட கட்டித்தர நான் தயாரா இருக்கேன்.'

'சொன்னது விசுவநாதன்.'

'ஆனால் தற்செயலாகச் சொன்ன வாக்கியம். அதற்கு அர்த்தமில்லை. ஆழமில்லை. பலமாக இடித்துக் கொண்டால் சாகலாம் இதைவிட என்கிறோம். ஆனால் சின்ன ஒரு வலிக்காக யாரும் சாகப்போவதில்லை. அந்த வாக்கியம் அந்த நேரத்து உணர்ச்சிகளின் வெளிப்பாடு, சந்தோஷமோ,

துக்கமோ, மனிதன் வெளிப்படுத்துவது வார்த்தைகளின் மூலமாகத்தான்.'

'என் மேல் உள்ள அதீத திருப்தி காரணமாக விசுவநாதன் அப்போது உச்சரித்த வார்த்தைகளுக்கு அர்த்தமில்லை.'

விசுவநாதன் வந்து கதவைச் சாத்தித் தாழிடுவது தெரிந்தது. விளக்கை அணைத்துவிட்டுக் கூடத்தில் படுத்துக்கொண்டார்.

ராபர்ட் உறக்கம் தொலைத்தான்.

'நாளை என் ஊருக்கு நான் போகவேண்டும்.'

'இந்த விவரம் சொன்னால், அப்பா, அம்மா ரியாக்ஷன் எப்படி இருக்கும்?'

'நிச்சயமாக உடனே ஏற்றுக்கொள்ள முடியாது.'

'ஆனாலும் நான் பேச வேண்டும்.'

'என்னைப் பெற்றவர்கள் இருக்கும்போது அவர்களிடம் சொல்லாமல் நான் முடிவெடுப்பது முறையல்ல.'

விடியும் நேரம் மெலிதான உறக்கத்தில் ஆழ்ந்து கண்களை விழித்தான்.

எதிரே,

யாமினியின் மஞ்சள் பூசிய அழகான வட்ட முகம்.

'பூபாளம் பாடணுமா?'

சட்டென எழுந்து உட்கார்ந்தான் ராபர்ட்.

"உனக்கு சங்கீதம் தெரியுமா யாமினி?"

"சுமாராப் பாடுவேன். எட்டு வருஷம் சாஸ்திரீய சங்கீதம் படிச்சிருக்கேன்."

ராபர்ட் வாய் பிளந்தான்.

"எட்டு வருஷமா?"

''ம்.''

''பாஸ்கருக்கு தியாகராஜ கீர்த்தனைகள் எல்லாமே அத்துபடி.''

''அப்படியா? உங்களுக்கும் தெரியுமா?''

''எனக்குத் தெரியும்னு எங்கே நான் சொன்னேன்?''

''கிண்டல்தானே வேணாங்கறது. நீங்க வேற பாஸ்கர் வேறயா?''

ராபர்ட் சட்டென தன் தவறை உணர்ந்தான்.

பொய் சொல்வது சுலபமல்ல. கோர்வையாக சொல்வதற்கு தனிப்பயிற்சி வேண்டும். வேஷம் போடுவது அதைவிடக் கடினம்.

''ஆமாம் நான் வேற! பாஸ்கர் வேறதான்.''

''போதுமே விளையாட்டு.''

''என்னம்மா சொல்றார் மாப்ளை சார்?''

''அவர் வேற, பாஸ்கர் வேறயாம். என்னனு கேளுங்கப்பா.''

''மிலிடிரில இருந்த பாஸ்கர். இங்கே நான் வந்துட்டா மிஸ்டர் யாமினி.''

''மிஸ்டர் யாமினியா?''

''ஆமாம். கல்யாணம் ஆயிட்டா நீ என்னோட திருமதிதானே. என் பேரைச் சொல்லி உன்னைத் திருமதின்னு சொல்லும்போது, உன்னோட மிஸ்டர்னு ஆன நான் ஏன் மிஸ்டர் யாமினின்னு சொல்லிக்கக் கூடாது?''

''மானம்போகுது.''

''அதான் எப்பவோ போயாச்சே.''

''ஐயோ... அப்பா நிக்கறார் இங்கே.''

''அவருக்கும் எல்லாம் தெரியும்டா.''

விசுவநாதனின் முகம் கூச்சத்தால் சிவந்துபோக அங்கிருந்து அகன்றார் மெதுவாக.

"சொல்லாம கொள்ளாமப் போகிறார் பார்த்தியா உங்கப்பா?"

"குறும்பு. நேத்து பூனை மாதிரி இருந்தப்ப. நான் என்னவோ நினைச்சேன். விஷயம் இப்பத்தான் தொடங்குதாக்கும்?"

அவன் மூக்கைப் பிடித்துத் திருகினாள்.

"இப்ப மூக்கைத் திருகற. கல்யாணம் முடிஞ்சதும் நீ எதையெல்..."

கப்பென அவன் வாயை மூடினாள்.

"சீக்கிரம் வந்து குளிங்க"

"ஆமாம். நான் ஊருக்குப் புறப்படணும்."

ராபர்ட் குளித்துத் தயாராகி விட்டான். காலை உணவை சுருக்கமாக முடித்துக்கொண்டு, உடை மாற்றிக்கொண்டான்.

"நான் புறப்படறேன் யாமினி."

யாமினிக்கு முகம் வாடிவிட்டது.

"என்ன நீ? ஒரு வாரத்துக்குள்ள வந்துர்றேன். உன் போட்டோ இருந்தாக் குடு."

"உங்ககிட்ட இருக்குமே."

"அதை என் இதயத்துல பத்திரப்படுத்தி வச்சிருக்கேன். வெளில எடுக்கமாட்டேன். இது அப்பா, அம்மாவுக்கு."

"தர்றேன்."

உள்ளே போய் எடுத்து வந்தாள்.

"சீக்கிரமே வந்துடுங்க."

"இதுக்கே நீ இப்படி வாடிப்போனா என்ன அர்த்தம்? நம்ம கல்யாணம் முடிஞ்சு நான் கேம்ப்புக்கு போயிட்டா, ஒரு வருஷம் பார்க்க முடியாது என்னை."

"அது அப்புறம். நான் வேலையை விட்டுட்டு வரச் சொன்னா, மறுக்கவா போறீங்க?"

"அடிப்பாவி."

"மிலிடிரி வேலைல இருந்தவங்களுக்கு, வெளியூர்ல சுலபமா வேலை கிடைக்கும்னு எங்கப்பா சொல்லுவார்."

"ஒரு ராணுவ வீரனா வாழற பெருமை மற்ற உத்யோகத்துல உண்டான்னு உங்கப்பாவைக் கேட்டுப்பார். வரட்டுமா?"

"ம்."

"சிரிச்சிக்கிட்டு தலையாட்டு."

பளிச்சென சிரித்தாள் யாமினி.

"வர்றேன் மாமா."

அப்போதுதான் அவரை 'மாமா' என்று அழைத்தான் ராபர்ட். விசுவநாதன் ஒரு மாதிரி சிலிர்த்துப் போயிருந்தார்.

அவனுடன் பஸ் ஸ்டாண்ட் வரையில் வந்தார்.

பஸ் தயாராக இருந்தது.

"மாப்ளை புறப்பட்டாச்சா விசு அதுக்குள்ள?"

"இல்லை நாட்டாமை. உறவுக்காரங்களைப் பார்க்கப் போறார். நாலஞ்சு நாள்ல வந்துருவார்."

"அதானே. நாலு வருஷம் கழிச்சு புளியங்கொம்பா ஒரு மாப்ளையைப் புடிச்சிருக்கே. விட்டுடுவியா நீ?"

"அதெல்லாம் முந்தானைல யாமினி முடிஞ்சு வச்சிருப்பா இந்நேரம். அது எங்கே போனாலும் மாப்ளை சாரை இழுக்கும்!"

கூட வந்த கூட்டம் கலகலவென்று சிரித்தது.

கண்டக்டர் விசில் தர, பேருந்து புறப்பட்டது. அது புள்ளியாகும் வரை விசுவநாதன் நின்றார்.

"எப்படி இருக்கார் மாப்ளை?"

"தெய்வம் தந்திருக்கு நாட்டாமை."

"என்ன சொல்றீங்க?"

"என்ன ஒரு விசாலமான மனசு? ஒரு பொழுது பழகறதுக்குள்ளே உள்ளே உள்ளது மொத்தமும் புரிஞ்சுபோச்சு எனக்கு."

"என்ன புரிஞ்சுகிட்டீங்க?"

"பெத்தவங்க இல்லை. ஆனா நண்பனோட தாய், தகப்பனை தன் பெற்றோர்களா நினைச்சு தகவல் சொல்லப் போறார். அவனோட அன்பை இதயத்துல சுமக்கணும்னு சிலுவை ஆடும் மார்பு... கண்ணியம் அதிராத பேச்சு... அழகு... அறிவு... என்ன இல்லை இவர்கிட்ட? என் பொண்ணு எத்தனை ஜென்மம் புண்ணியம் செஞ்சாளோ?"

கூடியிருந்தவர்கள் வாய் பிளந்தபடி கேட்டுக் கொண்டிருந்தார்கள்.

"கல்யாணம் முடிஞ்சதும் உடனே போயிடுவாரா?"

"லீவு இருக்காது. வீடும் குடும்பத்தைக் கூட்டிட்டுப் போகும்படியா இல்லை. அதனால அவர் மட்டும் போவார். ஒரு வருஷம் கழிச்சு குழந்தையை அனுப்பணும்."

"அப்புறம் நீங்க தனிதான்."

"ஏன்?"

"என்ன ஏன்?"

"அவரும் தனிதான். எனக்கும் பிள்ளை இல்லை. இனி அவர்தான் என் பிள்ளை. நானும் மகள் கூடவே போயிடுவேன்."

"நீ பிறந்து வளர்ந்த இந்த வெண்பட்டு கிராமத்தைவிட்டா?"

"வெண்பட்டு இந்த கிராமம் இல்லை. என் மாப்பிள்ளையோட மனசு."

விசுவநாதன் பெருமையடிக்கும் நேரம். பல்வேறு சிந்தனைகளுடன் ராபர்ட் பயணம் செய்து கொண்டிருந்தான்.

அன்று மாலைக்குள் ஊர் போய் சேர்ந்தான்.

சூரியன் விடைபெறும் நேரம் திடுதிப்பென்று வீட்டுக்குள் நுழைந்த மகனைப் பார்த்ததும் சந்தோஷத்தில் திக்குமுக்காடிப் போனாள் அம்மா ராணி!

"அப்பா எங்கேம்மா?"

"உனக்கு அப்பாதான் உசத்தி. கண் முன்னால நிக்கற அம்மா தெரியலியாக்கும்."

அப்பா விக்டர் சிரித்துக்கொண்டே வந்தார்.

"என்ன தம்பி... ஒரு லெட்டர்கூட போடாம திடுதிப்புனு வந்துட்ட? பாஸ்கர் சௌக்யமா?"

"பேசறதுக்கு நிறைய இருக்குப்பா."

"முதல்ல முகம் கழுவிட்டு வாடா கண்ணு... குழாப்புட்டு செய்யும்போதே, உன் நினைப்புதான். வந்துட்டே சரியா. ஆயுசு நூறு." அம்மா சொல்லிக்கொண்டே உற்சாகமாக உள்ளே போனாள்.

சற்று இளைப்பாறியபின், ராபர்ட் மெல்ல ஆரம்பித்தான்.

"பாஸ்கருக்கு ஒரு விபத்து நடந்திருக்கப்பா."

"விபத்து?" அப்பா நாற்காலி நுனிக்கு வந்தார்.

"உயிருக்கு ஆபத்து உண்டா தம்பீ?" அம்மா பதற,

"இருந்தா நான் வருவேனாம்மா."

"பாவம். யாருமில்லாத பிள்ளை. அவனுக்கு லீவு கிடைக்கலியா? இப்ப அங்கேயா இருக்கான்? இங்கே

வந்துட்டா, உங்கம்மாவும் நானும் அவனை புஷ்பமாட்டம் தாங்குவோமே.''

''பயணம் கூடாதப்பா.''

''எப்படி நடந்தது விபத்து?''

விவரமாகச் சொன்னான் இங்கே ராபர்ட்.

''எல்லாம் சரியாகும். பயணத்தை அவன் தாங்கற கட்டம் வரும்போது கொண்டு வந்துவிடு இங்கே!''

''அப்பா.''

''என்ன ராபர்ட்?''

''அதைவிடப் பெரிய விபத்து என் வாழ்க்கைல நடந்திருக்கு. நடந்துட்டே இருக்கப்பா.''

''நீ என்னடா சொல்ற?''

''நான் முதல்லேருந்து எல்லாம் சொல்றேன். ரெண்டு பேரும் குறுக்கிட வேண்டாம். அவசரப்பட்டு கோவப்பட வேண்டாம். என்னை வெறுக்கவும் வேண்டாம். நான் சொல்லி முடிச்ச பின்னால உங்க கருத்துக்களைச் சொல்லலாம்.''

''எதுக்குடா பெத்தவங்ககிட்ட பீடிகை?''

ராபாட் மௌனமாக இருந்தான். சொல்ல வேண்டியதை மனதுக்குள் ஒருமுறை வரிசைப்படுத்திக் கொண்டான்.

சொல்லத் தொடங்கினான்.

அப்பா, அம்மா பேசாவிட்டாலும் அந்த முகங்களில் மாறி மாறி மின்னிய பாவங்களில் மனது பேசியது.

ஒரு மணி நேரம்.

ஒன்றுகூட விடாமல் பாஸ்கராக தான் மாறிய விபத்தை ராபர்ட் சொல்லி முடித்தான்.

''தம்பீ!'' அம்மா தொடங்க,

''ராணி... இப்ப எதுவும் பேசாதே. மனசுலபட்டதை, உணர்ச்சிகளோட உந்துதலால சட்டுனு சொல்லக்கூடிய சங்கதி இல்லை இது.''

''இல்லீங்க. அந்த பாஸ்கர்...''

''ப்ளீஸ். அவனுக்கு ராத்திரி சாப்பாட்டைப் போட்டுட்டு, மற்ற வேலைகளை முடிச்சிட்டு அவனை படுக்கச் சொல்லு.''

''அப்பா.''

''நாளைக்கோ, அதற்கு மறுநாளோ இது தொடர்பா விவரமாப் பேசலாம் ராபர்ட். சாப்பிடப் போ.''

அப்பாவின் குரலில் கொஞ்சம் கண்டிப்பும், உத்தரவும் கலந்திருந்தது.

அம்மா பிள்ளைக்கு வேண்டியதைச் செய்துவிட்டு, அவன் படுத்ததும், விளக்கை அணைத்து, நீல விளக்கை எரியவிட்டபின் ஹாலுக்கு வந்தாள்.

அங்கே அப்பா.

''நீங்க படுக்கலையா?''

''இல்லை ராணி. நீயும் நானும் இது தொடர்பா பேசணும். உணர்ச்சிகளை ஒதுக்கி வச்சிட்டு அறிவுபூர்வமா, யதார்த்தமா நோக்கோட பேசணும். முடியுமா உன்னால?''

அம்மா அவர் அருகில் வந்து உட்கார்ந்து கொண்டாள்.

''நீ ராபர்ட்டோட அம்மான்னு நினைக்காம, ஒரு மூணாவது மனுஷியா இந்தப் பிரச்சினையை அணுக முடியுமா?''

அவள் பேசவில்லை.

''சொல்லு ராணி.''

''அப்படித்தான் நான் இதை யோசிக்கறேன்.''

''பதில் கிடைச்சதா?''

"ம்."

"என்ன பதில்?"

"ராபர்ட் யாமினியைக் கல்யாணம் செஞ்சுக்கலாமாங்கற பதில்."

அவர் புருவம் சுருக்கினார்.

"உன் மகனுக்குச் சாதகமான பதில் இது. வட்டத்தைவிட்டு வெளியே வரலை ராணி."

"இல்லீங்க. பெண் இனத்துக்கு சாதகமான பதில்."

"புரியலை."

"அந்தப் பெண் மனசுல இவன் பதிஞ்சாச்சு."

"அது அவளோட தப்பில்லை. அவள் பார்த்த புகைப்படம் இவனோடது. எல்லாப் பொருத்தமும் பொருந்தி, அப்பாவுக்கும் ஜாதக ரீதியா திருப்திப்பட்ட பாஸ்கர் இவன்தான்னு நம்பியிருக்கா. மனசுல ஒட்டி வச்சிட்டா இவனை."

"தப்பு இவனும் இல்லை. புகைப்படம் மாறினது 'வெண்பட்டு' கிராமத்துக்கு வர்றவரைக்கும் ராபர்ட்டுக்குத் தெரியாது. ஒரு தூதுவனா வந்திருக்கான் காதலனா மாறிட்டான்."

"வர்றவரைக்கும் தெரியாது. வந்த பின்னால ஏன் சொல்லலை?"

"ஓரளவு முயற்சி செஞ்சிருக்கான். விசுவநாதன் காதுல போட்டுக்கல. காரணம் அந்த அளவுக்குப் பதிவாகியிருக்கான் அவர் மனசுல."

"நான் இதை ஒப்புக்கலை. நிர்ப்பந்தமா சொல்லியிருக்கணும் உண்மையை, அது அவன் கடமை."

"சொல்லியிருந்தாலும் பாஸ்கரை யாமினி கட்டிப்பான்னு நினைக்கறீங்களா?"

''ஏன் அப்படிக் கேக்கற?''

''அவள் மனசுல பதிவான ராபர்ட்டை அவளால அழிக்க முடியாது. ஒரு பெண் மனசுல முதன்முதலா பதிவாகற ஆண்பிள்ளையை அத்தனை சுலபமா யாராலும் அழிக்க முடியாது.''

''காதலிக்கறவனையே கட்டிக்கறாங்களா எல்லாப் பெண்களும்?''

''அப்படி நான் சொல்லலை.''

''பின்ன?''

''கைபிடிச்சவன் ஒருத்தன்... காதலிச்சவன் இன்னொருத்தனா இருக்கலாம். அதனால பாதிக்கப்பட்ட பெண் தன் மனசை வெளில கொட்டமுடியுமா? அது மட்டுமில்லை. 'வெண்பட்டு' முழுக்க இவன் என் மாப்பிள்ளைன்னு விசுவநாதன் கொட்டி முழக்கிட்டு, இப்ப இல்லைன்னு சொன்னா ஊர் சிரிக்காது?''

''எல்லாம் சரிம்மா. பாஸ்கருக்குச் சேரவேண்டிய யாமினியை, அந்த விவரத்தை அறிவிக்காம இவன் சொந்தமாக்கிக்கிட்டா அது குற்றம்!''

''பாஸ்கர்னா என்ன?''

''உன் கேள்வி புரியலை.''

''பாஸ்கர்னா என்ன?''

''ஒரு மனுஷன்.''

''ஆமாம். ஓர் ஆண்பிள்ளை. அவனுக்குப் பேரு பாஸ்கர். யாமினி விரும்பினது பாஸ்கர்ங்கற பேரை இல்லை.''

''ராணி.''

''ராபர்ட் புகைப்படத்தைப் பார்த்திருக்கா. இப்ப நேர்ல பார்த்துப் பழகிட்டா. அவள் நேசிக்கறது இவனை. இப்ப விக்டர்னு உள்ள நீங்க நாளைக்கு மதம் மாறினா ராஜாமணின்னு ஆகலாம். உங்க அடையாளம் அப்ப விக்டர்ங்கற பேரு இல்லை.''

“நீ என்ன சொல்ல வர்றேஃ”

“ராபர்ட், அந்தப் பெண்ணைக் கட்டிக்கட்டும்.”

“ராபர்ட் நம்ம மகன்.”

“அதனால?”

“ஓர் இந்து மதத்தைச் சேர்ந்த பெண்ணை உன் மருமகளா ஆக்கிக்க பூரண சம்மதமா உனக்கு?”

“நான் ஒரு ராணுவ வீரனோட தாய். என் ராபர்ட் ஓர் இந்தியன். யாமினி ஓர் இந்தியப் பெண். அதுபோதும் எனக்கு.”

“அவளுக்கே இந்த உண்மை தெரியாது.”

“இப்பத் தெரிய வேண்டும்.”

“ஏன்?”

“தெரிஞ்சா மனசு குழம்பும். ஒருவேளை நாம ஏமாந்துட்டோம்னு தவிக்கும் இவனை மறுக்கவும் முடியாது. பாஸ்கரை ஒப்புக்கவும் மனசு வராது. ரெண்டுக்கெட்டான் நிலையாகும் அந்தப் பெண்ணுக்கு. விசுவநாதன் நிலைமை அதைவிட மோசம். ஊர்ல அவமானம். ராபர்ட் மேல கோபம். பாஸ்கரை ஒப்புக்கத் தயக்கம்... ஒரு மாதிரி அதிர்ச்சி தட்டும்.”

“ராணி.”

“இவனை அளவுக்கு மீறி ரசிக்கற விசுவநாதன் ‘என் மாப்பிள்ளை ஒரு கிறிஸ்துவனா இருந்தாக்கூட ஒப்புக்குவேன்’னு சொல்லியிருக்கார்.”

“அது உற்சாக வெளிப்பாடு.”

“நான் மறுக்கலை. ஆனா தெய்வவாக்கு. ஏன் அவர் அதைச் சொல்லணும்? ராபர்ட்தான் யாமினியின் புருஷன்னு எழுதியாச்சு. அதை மாத்ற நம்ம யாராலும் முடியாது. மாற்றவும் வேண்டாம்.”

''உண்மை ஒருநாள் தெரிய வந்தா?''

''தெரியட்டும். தெரியத்தான் வேணும். எதுக்கு நிஜத்தை மறைக்கணும். வெளியில வரும்போது கொஞ்சம் உரசலும், சலசலப்பும் உண்டாகத்தான் செய்யும். ஆனா உறவுன்னு ஆகாம இருக்கும்போது குழப்பம் வரும். ஆயிட்டா, பின்னால அதைக் கலைக்க முடியாது. உணர்ச்சிவசப்படாம உட்கார்ந்து பேசினா, நிச்சயம் தெளிவு வரும்.''

''அப்படீன்னா?''

''நம்ம பிள்ளை கொஞ்ச நாள் பாஸ்கரா இருக்கட்டும். நேரம் வரும்போது நிஜத்துக்கு வரட்டும்.''

''இதனால இழக்கப்போறது அந்த பாஸ்கர் மட்டும்தான் பாவம்.''

''அங்கே பள்ளம்னு நினைச்சு மண்ணெடுக்கத் தொடங்கினா, இங்கே பள்ளம்தான் விழும். தவிர்க்க முடியாத சில யதார்த்தங்களை சந்திச்சுத்தானே ஆகணும்.''

''அவன் இதய நோயாளி ராணி.''

''பக்குவப்படுத்தற பணியை ராபர்ட் செய்வான். நாளைக்கு விடிஞ்சதும் பிள்ளைகிட்ட நல்ல சேதி சொல்லுங்க.''

சகலத்தையும் தன் அறையில் மறைந்து நின்று கேட்டுக் கொண்டிருந்த ராபர்ட்டுக்கு தன்னைப் பெற்றவர்களை நினைத்தபோது பூரிப்பாக இருந்தது.

'இனி சிக்கலே இல்லை' என்று சந்தோஷப்பட்டான்.

'வெண்பட்டு' கிராமத்திற்கு தபால்மூலம் வரப்போகும் வெடிகுண்டை அவன் அறிந்திருக்கவில்லை பாவம்!

***

அத்தியாயம்

6

டவுனில் இருந்த அந்தத் தபால் நிலையத்தில் கட்டுகள் பிரிக்கப்பட்டு அலசப்பட்டன. வெண்பட்டு தபால்காரர் கோவிந்தசாமி தன் தபால்களை சேகரிக்க உள்ளே நுழைந்தார் வெற்றிலையை மென்றுகொண்டே.

வெண்பட்டுக்கு அதிகமாக கடிதங்கள் இருக்காது. வெளியுலக நட்போ, உறவோ அதிகம் இல்லாத மக்கள் பரம்பரையாக அங்கே பொருந்திவிட்டதால் அவர்களுக்கு வெளியில் யாருமில்லை.

ஐந்து கடிதங்களே இருந்தன.

"இதக் குடுக்க ஒரு போஸ்ட்மேன்!" கோவிந்தசாமி சலித்துக்கொண்டே வெற்றிலைச் சாற்றைத் துப்பிவிட்டு, அந்தக் கடிதங்களைக் கையில் எடுத்துக் கொண்டார்.

அதைத் தனித்தனியாக எடுக்க,

அவர் கண்கள் உறைந்தது.

ராபர்ட்... கேர் ஆஃப் விசுவநாதன் என்று எழுதி விசுவநாதனின் விலாசம் குண்டுக் கையெழுத்தில் எழுதப்பட்டிருந்தது.

கண்களைச் சுருக்கிக் கொண்டார் கோவிந்தசாமி.

'விசுவநாதனை வெண்பட்டுல எல்லாருக்கும் தெரியும். யாரு ராபர்ட்? அதுவும் கேர் ஆஃப் விசுவநாதனா?'

சிரிப்பு வந்தது.

'மத உணர்வு அதிகமாக உள்ள போஸ்ட் மாஸ்டர் அய்யாவோட பராமரிப்புல ஒரு கிறிஸ்துவருக்குக் கடிதமா?'

'நமக்கென்ன?'

'கொண்டு போய் தந்துரலாம்.'

வெண்பட்டு எல்லைக்கு கோவிந்தசாமி சைக்கிளில் வந்து இறங்கினார். வழக்கம்போல கோயில் வாசலில் சைக்கிளை நிறுத்தி, உள்ளே நுழைந்து ஒரு சுற்றுச் சுற்றிவிட்டு, மீண்டும் வெளியே வர, எதிரே யாமினி வந்தாள்.

"எப்படீம்மா இருக்கே?"

"நல்லாருக்கேன் மாமா."

"உனக்கென்ன ராணுவ மாப்ளை. ராஜாங்கமா இருப்பே. ஊருக்குப் போன மாப்ளை சார் வந்துட்டாரா?"

"இன்னிக்கு வரலாம்னு நினைக்கிறேன்."

"அற்புதமான பிள்ளை. உங்கப்பா மனசுபோல எல்லாம் அமையுது. அப்பா வீட்ல இருக்காரா?"

"இல்லை மாமா. டவுனுக்குப் போயிருக்காங்க."

"சரிம்மா. நீ கோயிலுக்குப் போ." அவள் உள்ளே நடக்க, நாலடி வந்த கோவிந்தசாமி சைக்கிளில் ஏற நினைக்கையில் சட்டென கடித ஞாபகம் வந்தது.

'அடடா! விசுவநாதனுக்கு வந்த அந்த லெட்டரை இந்தப் பொண்ணுகிட்டத் தந்திருக்கலாமே!'

'கோயிலுக்குள்ள போய்த் தரலாமா?'

'வேண்டாம். போற வழில வீட்டுக்குள்ள போட்டுப் போயிரலாம்.'

சைக்கிளை மிதித்துக்கொண்டு கோவிந்தசாமி வேகமாகப் போனார்.

விசுவநாதன் வீடு பூட்டியிருந்தது. கதவிடுக்கின் கீழ் பாகத்தில் கடிதத்தை செருகிவிட்டு அங்கிருந்து மணியடித்துக்கொண்டே கிராமத்தின் கோடிக்குச் சென்றார்.

பத்து நிமிடங்களில் விசுவநாதன் வந்துவிட்டார்.

எப்போதும் அவரிடம் ஒரு சாவியும் யாமினியிடம் ஒன்றும் இருக்கும்.

அவர் திறந்துகொண்டு உள்ளே நுழைந்தார்.

காலடியில் கடிதம்.

அதைக் கையில் எடுத்தார். பார்வையை அதில் செலுத்து முன், வாசலில் குரல்.

''விசு சார்!''

வெளியே வந்தார். கையில் பிடித்த கடிதத்துடன்.

''நீங்க வந்துட்டீங்களானு பார்த்துட்டுவரச் சொன்னார் நாட்டாமை. வந்திருந்தா கையோட கூட்டிட்டு வரச்சொன்னார்.''

''தோ வந்திட்டேன்.''

கடிதத்தை சாமி படியில் வைத்துவிட்டு, அவிழ்ந்த வேட்டியை இறுகக் கட்டிக்கொண்டு மறுபடியும் வெளியே வந்து கதவைப் பூட்டினார்.

நாட்டாமை வீட்டை நோக்கி நடக்கத் தொடங்கினார்.

வாசலில் நாட்டாமை.

''வாங்க விசு. இப்பத்தான் டவுன்லேருந்து வந்தீங்களா?''

''ஆமாங்க.''

''ஒக்காருங்க. பர்வதம், விசுவுக்கு மோர் கொண்டா.''

''சொல்லுங்க நாட்டாமை.''

''தேதி குறிச்சாச்சு இல்லை?''

"குறிச்ச மாதிரித்தான்."

"மாப்ளை வந்துட்டாரா?"

"இன்னிக்கு வரலாம். காத்துட்டு இருக்கேன்."

"அவருக்குத்தான் உறவுனு யாரும் இல்லையே?"

"இது உறவைவிட மேல். மாப்ளை சாரோட தோழர் மிலிடிரில ஒரு கிறிஸ்தவர் இருக்கார். ராபர்ட்டுனு. அவரோட அப்பா, அம்மா தமிழ்நாட்லதான் இருக்காங்க. இவரையும் தன் பிள்ளையா நினைக்கறாங்க. அவங்ககிட்ட தன் கல்யாணம் பற்றிச் சொல்ல வேண்டாமா? அதுக்குத்தான் போயிருக்கார். ஒருவேளை அவங்களையும் கூட்டிட்டே கூட வரலாம்."

"கிறிஸ்தவ தம்பதிகளையா?"

"ஏன்? என்னா?"

"என்னங்க விசு! நீங்க ஜாதி, மதம், ஜாதகம், உட்பிரிவுனு அலசறவர். உங்க வீட்டுல ஒரு கிறிஸ்தவ தம்பதியரா?"

"இருக்கட்டுமே. மாப்ளை சார் நம்ம ஜாதிக்காரர்தானே?" அவரை வளர்த்தவங்களை, எந்த மதமா இருந்தாலும், மதிக்கறது என் கடமை இல்லையா? யாமினிக்கு அமைஞ்ச ஒரே மாப்ளை அவர். அவர் மனசு கோணக்கூடாது இல்லையா?"

"நீ மாறிட்டே விசு."

"இல்லை நாட்டாமை. மதபேதங்களையெல்லாம் கடந்து மக்களுக்காக, நாட்டுக்காகத் தன்னை அர்ப்பணிச்சிட்ட ஒரு ராணுவ வீரன் எனக்கு மாப்ளையா வரும்போது, கொஞ்சமாவது நானும் மாறவேண்டாமா?"

"சப்பாஷ்!"

"இந்தியன்னு சொல்லி அவர் தலை நிமிர்ந்து நிற்கும்போது... இன்ன மாநிலம், இதுல இந்த ஊர்... இந்த கிராமம்னு நான் துண்டு போட்டுட்டே போனா அசிங்கமா இருக்காதா?"

"ஏதேது... அந்தக் கிறிஸ்தவங்க பெத்த பிள்ளையாவே உன் மாப்ளை இருந்தாக்கூட நீ கட்டிக் குடுப்பியோ உன் பொண்ணை?"

"இல்லை நாட்டாமை. அந்த அளவுக்கு இந்த விசுவநாதன் மலிவாகலை. நாலு வருஷமா அலசி, பத்துப் பொருத்தமும் அமைஞ்ச ஒரு பிள்ளை கிடைச்சப்ப, சில சின்ன விஷயங்களை, பெரிசுபடுத்திக்க வேண்டாம்னு தோணுது."

"அதுவும் நியாயம்தான்."

"சரி. நீங்க எதுக்குக் கூப்பிட்டீங்க?"

"யாமினிக்கு என் பரிசா மூணு சவரன்ல ஒரு செயினும், மாப்ளைக்கு முக்கால் சவரன்ல ஒரு மோதிரமும் போட்டுர்றேன்."

"எதுக்கு நாட்டாமை இத்தனை பெரிசா?"

"ஷ்! மூச்சு விடக்கூடாது. அவ இந்த வீட்ல வளர்ந்த குழந்தை. அந்தக் குழந்தையை மணக்கோலத்துல பார்த்து நான் பூரிக்கக் கூடாதா? பெரியப்பா... பெரியப்பானு அவகூப்பிடறது எத்தனை சந்தோஷமா இருக்கு தெரியுமா எனக்கு?"

"நான் வரட்டுமா நாட்டாமை?"

"சரி செய்ங்க."

விசுவநாதன் வெளியே வர, அந்தச் சிறுவன் ஓடி வந்தான்.

"நீங்க ஏற்பாடு பண்ணின நாதஸ்வரப் பார்ட்டில ஒருத்தர் வந்திருக்கார். கோயில்லதான் உட்கார்ந்திருக்கார்."

"வீட்டுக்கு வரச் சொல்றதானே?" விசுவநாதன் கோயிலை நோக்கி நடக்கத் தொடங்கினார்.

அதே நேரம் பேருந்தில் வெண்பட்டு கிராமத்தை நெருங்கிக் கொண்டிருந்தான் ராபர்ட்.

அப்பா, அம்மாவை நினைத்தபோது நெஞ்சு நெகிழ்ந்து போயிருந்தது.

அவர்கள் பேசியதை அவன் மறைந்து நின்று கேட்டாலும், மறுநாள் விடிந்ததுமே அம்மா அவனை அழைத்துச் சொல்லிவிட்டாள்.

"எனக்கும், அப்பாவுக்கும் இதுல பூரணசம்மதம் ராபர்ட்."

"உண்மை உடையும்போது சிக்கல்கள் வருமேம்மா?"

விக்டர் அவன் அருகில் வந்தார்.

"அதையும் நானும் அம்மாவும் பேசிட்டோம் ராபர்ட். இப்ப நீ உண்மையைச் சொன்னா எல்லாம் ஏடாகூடமாகும். உன்னையே மனசுல எழுதி வச்ச அந்த பெண்ணால பாஸ்கரை கணவனா ஒப்புக்க முடியாது. நீ பாஸ்கர் இல்லைனு தெரிஞ்சதால உன்னையும் ஜீரணிக்க முடியாது. விசுவநாதனும் மனசு உடைஞ்சு போவார். காலம் முழுக்க அந்தப் பெண் தனிமரமா வாழவேண்டிய நிலை உண்டாகும்."

"அதை யோசிச்சுதாம்பா நானும் பேசலை."

"இனிமே உண்மை தெரிய வந்தாலும் சின்னதா ஒரு பூகம்பம் உண்டாகத்தான் செய்யும். ஆனா அவ கழுத்துல நீ தாலி கட்டிட்டதால எதுவும் மாறாது. மாற்ற முடியாது."

"கல்யாணம் அவங்க வழக்கப்படிதானேப்பா நடக்கும்?"

"நடக்கட்டும். மாப்ளையா உட்காரும்போது நீ பாஸ்கர்தான். ராபர்ட் இல்லை. இதபாரு ராபர்ட். உன் கழுத்துல தங்கச் சிலுவை தொங்கிட்டுத்தானே இருக்கு. அதோட இந்து ஆலயத்துக்குள்ள நுழையலியா? வரவேண்டாம்னு அவங்க தெய்வம் தடுத்ததா, இல்லை போகவேண்டாம்னு ஜீசஸ் சொன்னாரா?"

"அப்பா!"

"நான் விக்டர். அவர் விசுவநாதன். இதெல்லாம் மதப்போர்வைகள். மற்றபடி உடம்புல ஓடற ரத்தம்,

ஆசாபாசங்கள், ஆண்-பெண் சேர்க்கை இதெல்லாம் மதத்துக்கு மதம் மாறுதா ராபர்ட்?''

''இல்லைப்பா.''

''உனக்கு அந்தப் பெண்தான் மனைவினு ஆண்டவன் எழுதி வச்சிட்டா, யாரால அதை மாற்ற முடியும்? நீ புறப்படு.''

''நீங்களும் அம்மாவும்?''

''இல்லைப்பா. அவளை, எங்க மருமகளைக் கூட்டிட்டு கல்யாணம் முடிஞ்சக் கையோட நீ வா.''

''என்னப்பா இது? என்னைப் பெத்தவங்க நீங்க. உங்க ரெண்டு பேரையும் விட்டுட்டு எனக்குக் கல்யாணமா? விசுவநாதன்கிட்ட நான் சொல்லியிருக்கேன். ராபர்ட்டோட அப்பா-அம்மாவைக் கூட்டிட்டு வருவவேன்னு. அவர் பிரமாதமா உங்களுக்கு வரவேற்பு தருவார்.''

''சரி. அப்படியானாலும் கல்யாணத்துக்கு முதல் நாள் நானும், அம்மாவும் வர்றோம். இப்ப நீ புறப்படு.''

ராபர்ட் ஒரு மாதிரி சிலிர்த்துப் போயிருந்தான்.

புறப்பட்டு விட்டான்.

''ஆங் ராபர்ட்...''

''என்னப்பா?''

''கல்யாணம் முடிஞ்சு எத்தனை நாள் தமிழ்நாட்ல இருப்பே?''

''அதிகம் சமயமில்லைப்பா. இப்பவே பாதி லீவு தீர்ந்தாச்சு. முடிஞ்சு ஒரு வாரத்துல ட்யூட்டி ஜாயின் பண்ண வேண்டி வரும்.''

''பாஸ்கருக்கு லெட்டர் போட்டியா?''

''இன்னும் இல்லைப்பா. அவனுக்கு என்ன எழுதறதுன்னே எனக்குத் தெரியலை. ஒரு மாதிரி குற்ற உணர்ச்சில கைவரலை.''

"அது தப்பு. உடனடியா எழுதிப்போடு. வெண்பட்டு கிராமத்துக்கு வந்தேன். விசுவநாதனைப் பார்த்துப் பேசி, எல்லா விவரமும் சொல்லியாச்சு. எந்தப் பிரச்சினையும் இல்லை. நேர்ல பேசிக்கலாம்னு எழுதிடு."

"சரிப்பா."

ராபர்ட் பயணித்த பஸ், வெண்பட்டுக்குள் நுழைந்து நிற்க, கண்டக்டர் குரல் கேட்டு, சட்டெனச் சுதாரித்துக் கொண்டவன் பஸ்ஸை விட்டு இறங்கினான்.

வீட்டை நோக்கி நடக்கத் தொடங்கினான்.

வீட்டை நெருங்க, யாமினி அப்போதுதான் பூட்டைத் திறந்து கொண்டிருந்தாள்.

'இவள் இனி என்னவள்!'

'அதில் எந்த சந்தேகமும் இல்லை.'

பின்னால் மெல்ல நடந்து போய் சட்டென அவளை இறுக்கினான்.

"ஆவ்...!"

அலறித் திரும்பிய யாமினி, முகமெல்லாம் சிவந்து, "நீங்களா பாஸ்கர்?"

"பின்ன? உன்னைக் கட்டிப் பிடிக்கற தைரியம் வேற யாருக்கு வரும்?"

"இப்போ! நாலு பேர் பார்க்கணுமா உள்ள வாங்க."

இருவரும் நுழைய,

"ரொம்ப அப்பாவிப் புள்ளைனு நினைச்சேன். மிலிடிரித் திமிரு உடம்புல நிறைய இருக்கு."

"இருக்காதா பின்ன? இலைபோட்டு பரிமாறி வச்சிட்டுப் போயிட்டார் அந்த ஆள்."

"யாரு?"

"உங்கப்பாவைச் சொல்றேன். இப்ப நான் சாப்பிடவும் கூடாது. அப்பப்ப யாரும் பார்க்காத நேரத்துல கொஞ்சம் கொஞ்சம் தொட்டுக்க வேண்டியதுதான்."

"நீங்க மட்டும்தான் வந்தீங்களா?"

"ம். வேற யார் வரணும்?"

"ராபர்ட்டோட அப்பா, அம்மா வருவாங்கன்னு நினைச்சேன்."

"கல்யாணத்துக்கு முதல் நாள்."

"அவங்களுக்கு என் போட்டோ பிடிச்சிருக்கா?"

"மருமகளைப் பார்க்கத் துடிச்சிக்கிட்டு இருக்காங்க எங்கம்மா, அப்பா."

"ஆச்சர்யம். பெத்த பிள்ளைகிட்டவே பாசமில்லாத பெரியவங்க வாழற இந்தக் காலத்துல வேற மதத்துக்காரரான உங்களை பெத்த பிள்ளையா அவங்க நினைக்கறது அதிசயம்."

ராபர்ட் மௌனமாக இருந்தான்.

"சரி. நீங்க குளிச்சிட்டு வாங்க. நான் சாப்பாடு ரெடி பண்றேன். அப்பா எங்கே போனார்?"

கேட்டபடி யாமினி உள்ளே போக,

ராபர்ட் தன் கைக்கடிகாரத்தை அவிழ்த்து எங்கே வைக்கலாம் என இடம் தேடியபோது சாமி படி தென்பட அதில் வைத்துவிட்டுத் திரும்பினான்.

சட்டென என்னவோ உறுத்த, திரும்பினான்.

அங்கு செங்குத்தாக வைக்கப்பட்டிருந்த கடிதம், அதில் குண்டு, குண்டாக பாஸ்கரின் கையெழுத்து.

'முன்பு எழுதிய கடிதமா?'

'இல்லையே. அது கவர் அல்லவா? இது இன்லண்ட் லெட்டராக இருக்கிறதே.'

அதை எடுக்கப் போனான்.

''பாஸ்கர்! உங்களுக்கு பலாக்காய் பிடிக்குமா? மோர் குழம்பு பண்ணி, பலாக்காய் பொரியல் வைக்கட்டுமா?''

அவள் பக்கம் திரும்பி,

''நீ எது செஞ்சாலும் பிடிக்கும். சீக்கிரம் செய். பசி உயிர்போகுது எனக்கு.''

அவள் உள்ளே போய்விட்டாள்.

திரும்பவும் கடிதத்தை எடுக்கப் போனான்.

''அடடா மாப்ளை சார் வந்தாச்சா!'' பின்னால் விசுவநாதனின் குரல் கேட்டது.

கையை இழுத்துக் கொண்டான். திரும்பினான்.

''ம். இப்பத்தான்.''

''நண்பரோட அப்பா, அம்மா சுகமா? வரலியா அவங்க?''

''கல்யாணத்துக்கு வருவாங்க.''

யாமினி வெளியே வந்தாள்.

''அப்பா! அரிசிக்காரர் வந்துட்டுப் போனார்.''

''வழில பார்த்தேன்மா. மாப்ளை சாருக்கு காபி குடுத்தியா?''

''வேண்டாம்னு சொல்லிட்டார். சமையல் தொடங்கிட்டேன். நீங்க குளிக்கப் போகலையா இன்னும்?''

''உங்கப்பாகிட்ட நாலு வார்த்தை பேச விடமாட்டியா என்னை?''

''நீங்க அவளுக்குத்தானே சொந்தம். அதான் என்னைக்கூட இடைஞ்சலா நினைக்கறா.''

"போங்கப்பா."

ராபர்ட் சிரித்தபடி பேசிக் கொண்டிருந்தாலும், உள்ளுக்குள் ஒரு சூறாவளியே வீசிக் கொண்டிருந்தது.

'பாஸ்கரின் கடிதம் எப்போது வந்தது?'

'அதை இவர்கள் இருவரும் படிக்கவில்லையா?'

'நான் இங்கே இருக்க, என் கடிதம் எப்படி வரும் என்ற கேள்வி இவர்களுக்கு வரவில்லையா?'

"சரி மாப்ளை. நீங்க போய் குளிங்க. தாம்பூல பைக்கு தேங்காய் சொல்லணும் நான்."

விசுவநாதன் வெளியேற,

பாய்ந்து வந்த ராபர்ட் அந்தக் கடிதத்தை எடுத்து பனியனுக்குள் போட்டுக்கொண்டான்.

"அப்பா காபி..." வெளியே வந்த யாமினி. "அப்பா இல்லையா? கால்ல சக்கரம்தான் நீங்க குளிக்..."

ராபர்ட் பாத்ரூமுக்குள் நுழைந்து கதவைத் தாழிட்டுக் கொண்டான்.

மூச்சு வாங்கியது.

'ச்சே! இதென்ன பிழைப்பு? எதற்காக இந்த ஏமாற்று ஏத்து வேலை? இப்போதே வெளியே போய் நிஜத்தைச் சொல்லி விடலாமா?'

'வேண்டாம் ராபர்ட்.'

'தெய்வம் போட்ட முடிச்சை மனிதன் அவிழ்க்க முடியாது!'

பனியனுக்குள் இருந்த கடிதத்தை வெளியே எடுத்தான்.

'ராபர்ட்... கேர் ஆஃப் விசுவநாதன்!'

குண்டுக் கையெழுத்தில் பாஸ்கர் சிரித்தான்.

'இந்த விலாசம் பார்த்துமா விசுவநாதனுக்குச் சந்தேகம் வரவில்லை? அல்லது என்னை ஆழம் பார்க்கிறாரா?'

பிரிக்கப்படாத கடிதம்.

'நிச்சயமாக இவர்கள் இருவரும் படிக்கவில்லை.'

'பிறகு?'

'எப்படி எடுத்து சாமி படியில் வைத்தார்கள்?'

குழப்பத்துடன் விரல் நுழைத்துக் கிழித்தான் சரக் சரக்கென.

''வென்னீர் சரியா இருக்கா பாஸ்கர்?''

வெளியே யாமினியின் குரல்.

''இருக்கு. ஆளை விடு.''

பிரித்தான்.

அன்புள்ள ராபர்ட்!

டாக்டர் என்னிடம் உடம்பை அலட்டிக்கொள்ளக் கூடாது என்று எச்சரித்தும், அவருக்குத் தெரியாமல் நர்ஸ் உதவியுடன் இந்தக் கடிதத்தை எழுதுகிறேன். வெண்பட்டு விலாசம் என் சுவாசத்தில் கலந்துவிட்டதால் சுலபமாக எழுதிவிட்டேன். நீ அங்கு வந்து சேர்ந்திருப்பாய் என்பதால், உன் பெயரிட்டே விலாசம் அமைத்திருக்கிறேன்.

'பார்த்தாயா என் யாமினியை?'

'நீ கொடுத்து வைத்தவன். என் வாழ்க்கைத் துணையை எனக்கு முன்னால் பார்க்கும் பேறு பெற்றவன். உன்னைவிட என் மேல் நேசம் கொண்டவர் யார் இருக்க முடியும்?'

'எல்லா விவரமும் சொல்லி விட்டாயா?'

'நீ எதையுமே அழகுபடச் சொல்லக் கூடியவன்.

எழுத்தாளன் ஆயிற்றே. உனக்கா தெரியாது? யாமினிக்கே எழுதலாம் என்று நினைத்தேன். அது தவறோ என்றுபட்டதால் உனக்கு. இந்தக் கடிதத்தை யாமினியிடம் காட்டு.

விபத்தால் பாதிக்கப்பட்ட நான் உன்னை அனுப்பியதற்காக அவர்கள் வருத்தப்பட்டிருக்க மாட்டார்கள் என்று நம்புகிறேன். கண்ணதாசனின் பாடல் ஒன்று நினைவுக்கு வருகிறது.

'என் விழியில் நீ இருந்தாய்!
உன் வடிவில் நான் இருந்தேன்!'

இது நம் வரையில் நிஜமாகி விட்டது இன்று. நீ நேரில் வந்து எல்லா விவரமும் சொல்லப்போகும் நாளுக்காகக் காத்திருக்கிறேன்.

- பாஸ்கர்.

கடிதத்தை முடித்தபோது ராபர்ட்டுக்குக் கண்கள் தளும்பி விட்டன.

'பாவம்! எத்தனை நம்பிக்கை என்மேல் இவனுக்கு?'

'நிஜத்தை இவனிடம் நான் எப்படிச் சொல்ல முடியும்?'

"என்ன பாஸ்கர் தண்ணி விழற சத்தமே கேக்கலை? பாத்ரூம்ல தூங்கறீங்களா?"

"வந்துட்டேன் யாமினி."

அந்தக் கடிதத்தைக் கிழித்து பொடிப்பொடியாக்கி டாய்லெட்டுக்குள் போட்டுவிட்டு, குளியலை முடித்துக்கொண்டு வெளியில் வந்தான். வேட்டி கட்டிக்கொண்டான். விசுவநாதன் திரும்பிவிட்டார்.

"யாமினி!"

"என்னப்பா?"

"ஒரு லெட்டர் வந்ததே. சாமி படில வச்சிட்டு நாட்டாமை வீட்டுக்குப் போனேன். அது எங்கே?"

"நான் பார்க்கலைப்பா. யார் லெட்டர்?"

"தெரியலைம்மா. நான் கையில் எடுத்தப்பா. நாட்டாமைகிட்டேயிருந்து ஆள் வந்ததால விலாசம்கூட பார்க்காம சாமி படில வச்சிட்டேன். இப்ப அதைக் காணலை. முக்கியமான லெட்டரோ, என்னவோ?"

"கீழே எங்காவது கிடக்கும்பா. சாப்பாடு ரெடி."

"மாப்ளை சாரை வரச்சொல்லு."

உள்ளே தலை சீவிக் கொண்டிருந்தான் ராபர்ட். ஒருபுறம் பாஸ்கரை நினைத்து வேதனையாக இருந்தாலும், அந்தக் கடிதம் யாரிடமும் அகப்படாமல் தப்பியது நிம்மதியாக இருந்தது.

'எப்படி தப்பியது?'

"அதுதான் தெய்வ சங்கல்பம்!"

'நீ யாரையும் ஏமாற்றவில்லை ராபர்ட்! யாமினி உனக்காகப் பிறந்த பெண். எப்படி பாஸ்கருக்கு மனைவியாக முடியும்?'

"வாங்க மாப்ளை சார்."

"தோ வந்துட்டேன்."

இலைக்கு முன்னால் உட்கார்ந்தான்.

ஒரு சிறுவன் வந்து அந்த வாரப் பத்திரிக்கையை தந்துவிட்டுப் போனான்.

"நீங்க படிப்பீங்களா தமிழ்ப் பத்திரிக்கைகளை?"

"நான் மாட்டேன். யாமினி படிப்பா. தர்மகர்த்தா வீட்டுக்குப் புத்தகம் வந்தவுடனே, பிரிக்காம இங்கே அனுப்பிடுவார்."

ராபர்ட் அதைப் பிரித்தான்.

அட்டையில் 'ரூபாய் ஐந்தாயிரம் பரிசு பெற்ற முத்திரைச் சிறுகதை' என்று குறிப்பிடப்பட்டிருந்தது.

அவசரமாகப் புரட்டினான்.

மூன்று மாதங்களுக்கு முன் அவன் அனுப்பிய சிறுகதை பரிசு பெற்று வெளியாகியிருந்தது.

'நயவஞ்சகம் - பரிசு பெறும் முத்திரைச் சிறுகதை!'

'எழுதியவர்: ராபர்ட்!'

***

அத்தியாயம்

7

அடுத்த அதிர்ச்சி அலை நரம்புகளில் பரவ ஆரம்பிக்க யாமினியைப் பார்த்தான் ராபர்ட்.

இதுவரை அவன் புகைப்படம் பத்திரிக்கையில் வெளியானதில்லை.

அவ்வப்போது சில சிறுகதைகள், புதுக்கவிதைகள் வெளிவந்ததுண்டு.

'இது பெரிய பத்திரிகை! தென்னிந்தியாவில் அதிகம் விற்பனையாகும் தமிழ் வார இதழ்! இதில் அவன் எழுதி வெளியாகும் முதல் கதையே, பரிசு பெறுகிறது!'

ராணுவ முகாமில் இருந்தால் இந்த நேரம் துள்ளிக் குதித்திருப்பான். மொழி தெரியாத ஹிந்திக்காரர்களுக்கு விருந்து வைத்து தன் சந்தோஷத்தைப் பகிர்ந்து கொண்டிருப்பான்.

இப்போது அதிர்ச்சி!

'இதை யாமினி பார்த்து விடக்கூடாது.'

"மாப்ளை சார். புத்தகம் வந்த உடனே சாப்பாடு மறந்துபோச்சா? சாப்டுட்டுப் படிங்க!"

அவரைப் பார்த்துச் சிரித்தான்.

“நான் எல்லா தமிழ் வார இதழ்களையும் படிப்பேன். இன்னும் என்னல்லாம் வெண்பட்டுக்கு வரும்?”

“இதுவும் குமுதமும் மட்டும்தான் வெண்பட்டுக்கு வரும். அதுவும் தர்மகர்த்தா மாமா வீட்டுக்கு மட்டும்தான். அங்கிருந்து ஏழெட்டு வீடுகளுக்குப் போகும்.”

“அப்படியானால் இதை யாரும் பார்த்திருக்க வாய்ப்பில்லை!”

“நீ எல்லாம் படிச்சிருவியா?”

“ஒரு வரி விடமாட்டேன். போன வார புத்தகம்தான் பாக்கி. உங்க லெட்டர் வந்த பின்னால படிக்க முடியலை!”

“இனி முடியாதம்மா. கல்யாணம் முடியறவரைக்கும் டென்ஷன்தான்.”

“இன்னும் கொஞ்சம் மோர்க் குழம்பு போடவா?”

“கேக்காதம்மா. போடு!”

“பாருங்கப்பா. இருக்கறதையே சாப்பிடலை அவர். என் சமையல் பிடிக்கலையானு கேளுங்கப்பா.”

“என்ன மாப்ளை சார்! அப்படியா?”

“சேச்சே! அப்படிச் சொன்னேனா நான்? மிலிடரி மெஸ்ல என்னத்தையோ சாப்ட்டு நாக்கு செத்துப்போச்சு. ரெண்டு கவளம் சாப்பிட முடியலை. வயிறு நிரம்பிடுது.”

“ஒரு வருஷம்தான் கஷ்டம். அப்புறம் க்வார்ட்டர்ஸ் கிடைச்சிராது.”

“கண்டிப்பா.”

அவனுக்கு சோறு இறங்கவில்லை. கஷ்டப்பட்டு விழுங்கி வைத்தான். கை கழுவி விட்டான். புத்தகம் கையில் இருந்தது.

அந்தச் சிறுவன் வந்தான்.

''அக்கா, நீ இப்பப் படிக்கலைன்னா, தலையாரி வூட்டு சின்னப்பொண்ணு புத்தகம் கேட்குது.''

''இருடா, எடுத்துட்டு வர்றேன்.''

உள்ளே வந்தாள்.

ராபர்ட் படித்துக் கொண்டிருந்தான். யாமினி திரும்பிவிட்டாள்.

''மிலிடிரி மாமா படிக்கறார். அப்புறம் தருவாராம்னு சொல்லு. ஓடு!''

சிறுவன் ஓடிவிட்டான்.

''நீங்க கொஞ்சம் படுங்க மாப்ளை சார்.''

விசுவநாதன் பெட்ஷீட் தலைகாணி எடுத்து வந்து தந்தான். மின்விசிறியைச் சுழலவிட்டார்.

தண்டபாணி வந்துவிட, திண்ணைக்குப் போனார்.

ராபர்ட் குழம்பிக் கிடந்தான்.

'எத்தனை நேரம் நான் இந்த புத்தகத்தைக் கையில் வைத்திருக்க முடியும்? இது நிச்சயம் வெளியில் போகும். என் புகைப்படத்துடன் - ராபர்ட் என்ற பெயரிட்டு - இதைப் படிக்க நேர்ந்தால் ஒரு சலசலப்பு வராதா?'

'வரட்டும். நானாகச் சொல்ல முடியாத நிஜம் தானாக வெளியில் வரட்டும்.'

'வந்தால், விசுவநாதனின் மானம் என்னவாகும்? யாமினி வெளியே தலைகாட்ட முடியுமா அதன் பிறகு?'

'நீ ஒரு மோசடிப் பேர்வழி என்று கிராம மக்கள் உன்னெ உயிரோடு விட்டு வைப்பார்களா?'

'என்ன செய்யப் போகிறாய்?'

'முதல் வெடிகுண்டு – கடிதம்! தப்பி விட்டேன்!'

'இது அதைவிடப் பெரிய வெடி... அத்தனை சுலபத்தில் மறைக்க முடியாத பத்திரிகை வெடி!'

வயிற்றைக் கலக்கியது ராபர்ட்டுக்கு.

இயற்கையின் சீற்றம் அடிவயிற்றில் சங்கடப்படுத்த எழுந்தான்.

புத்தகத்தோடு வெளியே வந்தான்.

"என்ன வேணும் பாஸ்கர்?"

"டாய்லெட் போகணும் யாமினி!"

அவளும்கூட வந்து, சின்ன பக்கெட்டில் நீர் நிரப்பி உள்ளே வைத்தாள்.

"ஃப்ளஷ் அவுட் இல்லை இந்த கிராமத்துல. எல்லாம் தொட்டிக் கக்கூஸ்தான். சுகாதாரத்துக்குக் கேடு. கொஞ்சம் சமாளிச்சுக்குங்க."

"பரவால்லை!"

புத்தகத்தோடு உள்ளே நுழைந்தான். தொட்டி நிறையக் கழிவு. சட்டென அந்த யோசனை வந்தது.

'என்னை தமிழ் கூறும் நல்லுலகம் மன்னிக்கட்டும். இதைத் தவிர வேற வழி எனக்குத் தெரியலை!'

புத்தகத்தைத் தொட்டிக்குள் போட்டுவிட்டான். அது மெல்ல மெல்ல நரகலில் அமிழ்ந்து போக, கண்கள் கலங்கிவிட்டது ராபர்ட்டுக்கு.

'நான் எழுதிப் பரிசு பெற்ற முதல் சிறுகதை!'

'நானேகூடப் படிக்காமல், அது போய்ச் சேர்ந்த இடம் கொடுமை!'

வெளியே வந்தான். கால்களைக் கழுவிக் கொண்டு வீட்டுக்குள் நுழைந்தான்.

''ஸாரி யாமினி!''

''எதுக்குப்பா?''

''கையில வச்சிருந்த புத்தகம் தவறி கக்கூஸ் தொட்டில விழுந்திடுச்சு. அந்தப் புத்தகம் எங்கே கிடைக்கும்? வாங்கி தர்மகர்த்தா வீட்டுக்குத் தந்துர்றேன்!''

கலகலவென சிரித்தாள் யாமினி!

''ஏன் சிரிக்கிறே?''

''இதுக்கா முகத்துல இத்தனை சோகம்? குடியா முழுகிப்போச்சு? போகட்டுமே! தர்மகர்த்தா மாமா ஒண்ணும் சொல்லமாட்டார். எங்கப்பாவும் அங்கே உட்கார்ந்துதான் பேப்பர் படிப்பார். புத்தகம் படிக்க நல்ல இடத்தைப் பார்த்தீங்களே ரெண்டு பேரும்!''

ராபர்ட் நிம்மதியாக வந்துவிட்டான்.

இந்த இடையூரையும் கடந்துவிட்டேன்.

உறக்கம் கண்களைக் கவ்வ, மெல்ல உறங்கிப் போனான். கனவில் பாஸ்கர் வந்து கண்டபடி பேசினான்.

பாஸ்கர் ஒரு பக்கம், எதிர்திசையில் யாமினி, வலதுபுறம் விசுவநாதன் ... சுற்றிலும் வெண்பட்டு கிராம மக்கள். அத்தனை பேரும் கைநீட்டி கைநீட்டி ஆவேசமாக இவனிடம் பேச,

தாலியும், சிலுவையும், கோயில் கோபுரமும், பரிசுக் கதையும் கலவையாக வந்து குபீரென அவனை எழுப்ப,

வியர்த்துக் கொட்டியது. ஃபேன் நின்று போயிருந்தது.

யாமினி உள்ளே வந்தாள்.

''அம்மாடீ! இப்படியா வேர்க்கும்? ஃபேன் இல்லாம ஒரு நிமிஷம் உங்களால இருக்க முடியாது போலிருக்கே!''

விசுவநாதன் உள்ளே வந்தார்.

"என்ன மாப்ளை சார் இப்படி வேர்த்திருக்கு? விசிறியை எடம்மா!"

"அய்யோ வேண்டாம்!"

"நீங்க சும்மா இருங்க: நான் விசிறி விடறேன்". அவர் ராபர்ட்டு அருகில் உட்கார்ந்து விசிறிவிடத் தொடங்கினார்.

"பாவம்... எத்தனை பெரியவங்க நீங்க?"

"தப்பில்லை மாப்ளை...! எனக்குப் பிள்ளை இல்லை. அந்தக் குறை தீர்க்க வந்தவர் நீங்க. இத்தனை பாசமான, உத்தம குணம் நிறைஞ்ச உங்களுக்கு நான் என்ன செஞ்சாலும் தகும்!"

"அப்படீன்னா என்னோட ஓர் ஆசையை உங்களால நிறைவேற்ற முடியுமா?"

"சொல்லுங்க மாப்ளை! நிச்சயமா நிறைவேத்தறேன்!"

"என்னைப் பேர் சொல்லிக் கூப்பிடுங்க."

"அய்யோ, அதெப்படி? நீங்க... என்... மா... மாப்பிள்ளை!"

"வாக்கு தந்தாச்சு. எதுக்கு மாமா ஃபார்மாலிட்டி நமக்குள்ள? நான் இனிமே உங்க மகன்தான்."

அவனை நெருங்கினார் விசுவநாதன்.

உச்சந்தலையில் கை பதித்து, "சரிப்பா பாஸ்கர்."

"இது பிரமாதம். இப்பத்தான் ஜோரா இருக்கு. என்ன யாமினி?"

யாமினி பெரிய அளவில் நெகிழ்ந்து போயிருந்தாள். ஃபேன் சுழலத் தொடங்கியது.

விசுவநாதன் எழுந்து வெளியே வந்தார்.

"தண்டம் நீ போகலையா?"

"மாப்ளை வந்தது முதல் கிராமத்துல யாரையும் நீ மதிக்கறதில்லை விசு. வெளுத்துக்கட்டு."

''அப்படி இல்லைடா!''

''என்ன சொல்றார் என் மாப்பிள்ளை?''

''எனக்கு என்ன சொல்றதுன்னே தெரியலை தண்டபாணி. கல்யாணம் முடிஞ்சு ஒரு வாரத்துல பாஸ்கர் போகணுமே! யாமினிகூட அவர் பிரிவைத் தாங்கிப்பா... என்னால முடியாதுன்னு தோணுது.''

விசுவநாதன் குரல் இடறியது.

''விசு, நீ அழறியா?''

''மனைவியும் செத்து, இந்தப் பொண்ணையும் வளர்க்க என்ன பாடுபட்டிருப்பேன் நான்? எந்திரமாயிட்டேன்டா தண்டம்! இறுகிப்போன என்னை எப்படியெல்லாம் இளக வைக்கிறான் இந்தப் பையன்? அவனுக்கு முன்னால நான் ரொம்பச் சின்னப் பையனா நிக்கறேன்னு தோணுது சில சமயம்.''

தண்டபாணி எழுந்துவிட்டார்.

''சரி சரி. நான் புறப்படறேன். இந்த பாஸ்கரை உனக்குப் பிடிச்சுத் தந்த பெருமைல என் பங்கும் உண்டு. ஞாபகம் வச்சுக்கோ!''

''கண்டிப்பா!''

''இன்னும் ஒரு வாரத்துல கல்யாணம். எல்லா ஏற்பாடுகளையும் செஞ்சிட்டியா விசு?''

''சகலமும் முடிஞ்சாச்சு. முகூர்த்த நாளுக்காகக் காத்துட்டு இருக்கேன்!''

''நாதஸ்வரம். பாண்ட் ரெண்டுமா?''

''பின்ன? மிலிடிரி மாப்ளைக்கு பாண்ட் வேண்டாமா? இந்த 'வெண்பட்டு' கிராமமே அலற வேண்டாமா?''

''பத்திரிகை தந்தாச்சா எல்லாருக்கும்?''

"ஒரு சிலர் மட்டும்தான் பாக்கி. நாளைக்குள்ள அதையும் முடிச்சிருவேன்."

"நான் புறப்படறேன்."

அடுத்து வந்த நாலைந்து நாட்களில் நிற்க நேரமில்லாமல் அலை பாய்ந்தார் விசுவநாதன்.

நாளை மறுநாள் கல்யாணம் என்ற நிலையில் வீட்டு வாசலில் பிரமாதமாகப் பந்தல் போட்டார். அந்தத் தெருவையே அடைத்துக்கொண்டு பரவியிருந்தது பந்தல்.

சமையல்காரர் வீடியோ ஸ்டில் என்று சகலமும் தயார்.

அலங்கார வேலைகளை ஒரு குழு பார்த்துக்கொண்டது. அந்தக் கிராமம் மொத்தமும் விசுவநாதன் வீட்டுக் கல்யாணத்துக்காக தன்னை ஈடுபடுத்திக் கொள்ள, திருமணத்துக்கு முதல் நாள் மாலை விக்டரும், ராணியும் வந்து இறங்கினார்கள். விசுவநாதன் ராஜ உபசாரத்துடன் வரவேற்று எல்லாருக்கும் அவர்களை அறிமுகப்படுத்தினார். தன் வீட்டிலேயே அவர்கள் தங்கிக்கொள்ள ஏற்பாடு செய்திருந்தார்.

விடிந்தால் கல்யாணம்...

கிராமத்துப் பெண்கள் புடைசூழ வேறு ஓர் இடத்தில் இருந்தாள் யாமினி. மாப்பிள்ளை அழைப்புக்காக அவனையும் அலங்கரித்துக் கொண்டிருந்தார்கள்.

ராபர்ட்டின் அம்மா ராணி அங்கு வந்தாள்.

யாமினி எழுந்து நின்றாள்.

"வாங்கம்மா!"

அருகில் நெருங்கிய ராணி அவள் கன்னத்தை வழித்து சொடக்கெடுத்தாள்.

நாட்டாமையின் மனைவி இருந்தார்.

''உங்களுக்குப் பெறாத பிள்ளை பாஸ்கர். எங்களுக்கு இந்த யாமினி. அற்புதமான பொண்ணு இவள். போகப்போக நீங்களே புரிஞ்சுப்பீங்க!''

''எப்படியோ, குழந்தைங்க ரெண்டு பேரும் நல்லா இருந்தா சரி.''

தன் இருப்பிடம் வந்துவிட்டாள் ராணி.

''பெண்ணைப் பார்த்தியா ராணி?''

''ம்! நீங்க வரலியா?''

''விசுவநாதன் வந்து கூட்டிட்டுப் போவார். எப்படியிருக்கா யாமினி?''

ராணி மெல்ல அழுதாள்.

''ஏன் ராணி அழறே?''

அவள் பதில் பேசாமல் அழுகை மட்டும் தொடர்ந்தது.

விக்டர் சுற்றிலும் பார்த்தார். ராபர்ட்கூட அங்கு இல்லை. குரலைத் தழைத்துக் கொண்டார்.

''ஏம்மா... நம்ம மகன் ஒரு கிறிஸ்துவப் பையனாப் பிறந்திட்டு, இந்து மதத்துல மனைவியைத் தேர்ந்தெடுத்தது உனக்குப் பிடிக்கலையா?''

''அதில்லீங்க. மனப்பூர்வமா யாமினியைக் கட்டிக்க சம்மதிச்சவளே நான்தானே!''

''பின்ன?''

''ராபர்ட் நமக்கு ஒரே பிள்ளை. அவனைப் பெத்த தாய் - தகப்பன்னு சொல்லிக்க வழியில்லாம கல்யாணம் நடக்குது பாருங்க! ஒரு சமயம் நினைச்சா பயம்மா இருக்கு. இந்த உண்மை உடையற நாள் வரும்போது விசுவநாதன் இதை ஒரு மோசடியா நம்பிட்டா, அதுக்கு நாமும் உடந்தைன்னு நினைக்க மாட்டாரா?''

“இதை நானும் யோசிக்காம இல்லை ராணி. ஆனா எந்த ஒரு சிக்கலும் இருக்காதுன்னு என் உள்மனசு சொல்லுது.”

ராபர்ட் வந்துவிட்டான்.

சற்று நேரத்தில் விசுவநாதன் வந்துவிட, திறந்த காரில் வைத்து கோயில்வரை ராபர்ட் அழைத்துச் செல்லப்பட்டான். கோயிலில் சடங்குகள் சில. எல்லாம் முடிந்து புதிய உடைகள் வழங்கப்பட அதை மாற்றிக்கொண்டான் ராபர்ட்.

திரும்பவும் மலர்களால் அலங்கரிக்கப்பட்ட காரின் மாலை சகிதம் ராபர்ட் ஏற, ஒரு பக்கம் நாதஸ்வரமும், மறுபக்கம் பேண்டுமாக சக்கைப் போடுபோட, காரின் பின்னால் வெண்பட்டு கிராமமே வந்தது.

பாதி வழியில் எதிரில் கொண்டு வரப்பட்ட காரிலிருந்து அலங்கரிக்கப்பட்ட யாமினி இறங்கினாள்.

ராபர்ட்டுடன் கை குலுக்கினாள்.

இருவரும் திறந்த காரில் அமர்த்தப்பட, விசுவநாதன் கையசைத்தவுடன் வானவேடிக்கை தொடங்கியது.

இளவட்டங்கள் காருக்கு முன்னால் பலவிதமாக நடனமாட, ஊரின் சில முக்கியப் பெரியவர்கள்கூட ஆடத் தொடங்கிவிட்டார்கள்.

விசுவநாதனுக்கு சந்தோஷம் பிடிபடவில்லை.

அந்த ஊர்வலம் கல்யாண வீட்டுக்கு வந்து சேர, ஒரு மணி நேரத்துக்கு மேல் ஆனது.

அங்கு ஓர் ஆயிரங்கால் மண்டபம் உண்டு. அதில்தான் கல்யாண நிகழ்ச்சிகளை ஏற்பாடு செய்திருந்தார் விசுவநாதன்.

“வெண்பட்டு சரித்திரத்திலே இப்படி ஓர் கல்யாணம் நடந்திருக்க முடியாது. விசுவநாதன் பேரை கல்வெட்டுலதான் பொறிக்கணும்!”

பலபேர் உற்சாகமாக, மெலிதான பொறாமை கலந்து விமர்சனம் செய்தார்கள்.

சாப்பாடு முடிய இரவு பத்தரை ஆகிவிட்டது. தன் வீட்டில் மாப்பிள்ளை மற்றும் விக்டர், ராணியைத் தங்க வைத்துவிட்டு, நாட்டாமை வீட்டில் யாமினியைத் தங்க வைத்திருந்தார் விசுவநாதன்.

"பாஸ்கர், நீயும் அப்பா அம்மாவும் படுங்க. காலை ஆறு – ஏழரை முகூர்த்தம். நாலு மணிக்கே நான் வந்து எழுப்பறேன்."

"சரி மாமா!"

"நான் எல்லாம் சரியாச் செய்யறேனா?" விக்டரிடம், விசுவநாதன் கேட்டார்.

"நாங்க கிறிஸ்தவங்க என்ன சொல்ல முடியும்?"

"பாஸ்கரை வளர்த்தவங்க. அதனால என் சம்பந்தி. உங்க அபிப்ராயம்தான் எனக்கு முக்கியம்!"

"என்னிக்கும் அவன்கிட்ட உங்க அன்பு தொடரணும். என்ன பிரச்சனை வந்தாலும், இது மாறக்கூடாது. அதுதான் எங்க ஆசை!"

விசுவநாதன் போய்விட்டார்.

"அற்புதமான மனுஷன் ராணி இவர்! இவரால நல்லதை மட்டும் ஏத்துக்க முடியும். நம்ம பிள்ளை நல்லவன். ஒருநாளும் அவனை விலக்க நினைக்கமாட்டார் இவர்."

ராபர்ட் படுத்துவிட்டான்.

உறக்கம் வரவில்லை.

"பாஸ்கர், நீ இருக்க வேண்டிய இடத்தில் நான்! உனக்கு நடக்க வேண்டியதெல்லாம் எனக்கு நடக்கிறது. இது எதனால்?"

"ஏன் இப்படி நேர்ந்தது பாஸ்கர்?"

ராபர்ட் விழித்திருக்கும் அதே வேளையில் நாட்டாமை வீட்டுத் திண்ணையில் தாம்பூலத்துடன் கல்யாணத்தையும் மென்று கொண்டிருந்தது ஒரு கூட்டம்.

விசுவநாதன் அங்கு இல்லை.

போஸ்ட்மேன் கோவிந்தசாமி வந்திருந்தான்.

"யாரது, பாஸ்கர்கூட வயசான இரண்டு பேர்?"

"அவரோட அப்பா, அம்மா!"

"அந்தம்மா நெத்தில பொட்டு இல்லையே!"

"அவங்க கிறிஸ்தவங்க."

"எ... என்னது? பாஸ்கரோட அப்பா, அம்மா கிறிஸ்தவங்களா?"

நாட்டாமை குறுக்கிட்டார்.

"உளறாதேடா காசி. கோவிந்தசாமி இப்படி வா! அவங்க பாஸ்கரோட அப்பா, அம்மா இல்லை. அவரை வளர்த்தவங்க. பாஸ்கரோட ஸ்நேகிதன் ராபர்ட்டோட அப்பா, அம்மா. ராபர்ட்டும், பாஸ்கரோட மிலிட்டரிலதான் இருக்கார்."

"ராபர்ட்டா? இந்தப் பேரை எங்கேயோ கேட்ட மாதிரி இருக்கே?"

"பாஸ்கரே அடிக்கடி சொல்லுவார்."

"பாஸ்கர்கிட்ட எங்கே நான் பேசினேன்? ரொம்ப சமீபத்துல இந்தப் பேர் என்னை ஆச்சர்யப்படுத்தியிருக்கு!"

"அப்படியா?"

"அப்பா உங்களை அக்கா கூப்பிடறா!"

நாட்டாமை வெற்றிலையைத் துப்பிவிட்டு, சொம்பு நீரால் வாய் கொப்பளித்தார்... "வந்துட்டேன்மா!"

நாட்டாமை மேல்துண்டால் வாயை துடைத்துவிட்டு உள்ளே நுழைய,

"ஆங்! ஞாபகம் வந்தாச்சு! விசுவநாதன் சாருக்கு ஒரு லெட்டர் வந்தது. விலாசத்துல ராபர்ட் கேர் ஆஃப் விசுவநாதன்னு இருந்தது."

நாட்டாமை சடக்கென நின்றார். திரும்பினார்.

"திரும்பவும் சொல்லுங்க கோவிந்தசாமி!"

"ராபர்ட் கேர் ஆஃப் விசுவநாதன்."

"அப்படீன்னா ராபர்ட்டுக்கு வந்த லெட்டர் அது. பாஸ்கர்தானே இங்கே இருக்கார். ராபர்ட்டுனு எப்படி வரும்?"

"வந்ததே!"

சிரித்தார் நாட்டாமை.

"மடையா, ஃப்ரம் அட்ரஸ்ல ராபர்ட்னு இருந்திருக்கும்டா!"

"நான் என்ன முட்டாளா நாட்டாமை? ஃப்ரம் அட்ரஸ்ல கேர் ஆஃப் விசுவநாதன்னு இருக்குமா?"

"அடப்போடா! அது பாஸ்கருக்கு வந்த லெட்டர்தான். ராபர்ட் அட்ரஸ் எழுதி போஸ்ட் பண்ணச் சொல்லியிருப்பான். எவனாவது சிப்பாய் தவறா புரிஞ்சிட்டு பாஸ்கருக்கு பதிலா ராபர்ட்னு எழுதியிருப்பான். எதுக்கு வீண் விசுவநாதன் இப்ப வருவார்! கேட்டாப்போச்சு."

விசுவநாதன் வந்தேவிட்டார்.

"விசு. உனக்கு சமீபத்துல வினோதமா ஏதாவது லெட்டர் வந்ததா?"

"இல்லையே நாட்டாமை!"

"கோவிந்தசாமி சொல்றான். சொல்லுடா!"

"ராபர்ட், கேர் ஆஃப் விசுவநாதன்னு வந்த லெட்டரை பூட்டின உங்க வீட்டுக்குள்ள கதவடில போட்டவன் நான்."

“ஆமாம் நாட்டாமை, ஒரு லெட்டர் வந்தது. நான் கையில எடுத்தப்ப நீங்க அழைச்சதா பையன் வந்து சொல்ல, அதை திருப்பிக்கூடப் பார்க்காம சாமியடில வச்சுட்டு வந்துட்டேன். அப்புறம் பார்த்தாக் காணலை. யாமினி அப்படி ஒரு லெட்டரை நான் பார்க்கலே இல்லைப்பான்னு சொல்றா. அந்த லெட்டர் இன்னமும் என் கைக்குக் கிடைக்கலை. இந்த லெட்டராத்தான் இருக்கும். அப்பவும் ராபர்ட், கேர் ஆஃப் விசுவநாதன்னு வரச்சான்ஸே இல்லையே!”

“அப்பா, உங்களை அக்கா கூப்பிட்டு எத்தனை நேரமாச்சு!”

“வந்துட்டேன்மா!”

நாட்டாமை உள்ளே வந்தார். அவரது மூத்தமகள் வேணி, யாமினியுடன் படித்தவள். கல்யாணத்துக்காக வெளியூரிலிருந்து நேற்றுத்தான் வந்திருந்தாள்.

“என்னம்மா?”

“கொஞ்சம் உள்ள வாங்கப்பா!”

“என்னம்மா?”

“உங்ககிட்ட நான் பேசணும்.”

நாட்டாமை உள்நோக்கி நடந்தார். அவர் அறைக்குள் நுழைந்ததும் வேணி கதவைச் சாத்தினாள்.

“ஏம்மா கதவைச் சாத்தறே?”

“மாப்பிள்ளை பேரென்னப்பா?”

“யார் மாப்பிள்ளை?”

“நம்ம யாமினியைக் கட்டிக்கப் போறவர்.”

“பாஸ்கர்.”

"ஆனா அவர் போட்டோ போட்டு இந்தப் பத்திரிக்கைல ராபர்ட்னு வந்திருக்குப்பா. அவர் எழுதின கதை அஞ்சாயிரம் ரூபா பரிசும் வாங்கியிருக்கு. பாருங்கப்பா."

"கொண்டா!"

நாட்டாமை அதை வாங்கும்போது அவர் கை நடுங்கியது.

***

அத்தியாயம்

8

நாட்டாமை அந்த வார இதழைப் பார்த்து அதிர்ந்து போயிருந்தார். 'நயவஞ்சகம்' என்ற சிறுகதைக்கு ஐந்தாயிரம் பரிசு. பரிசு பெற்றவர் என்று விசுவநாதன் மாப்பிள்ளை புகைப்படமிட்டு அடியில் ராபர்ட்.

"என்னப்பா இது?"

நாட்டாமையின் புருவம் முடிச்சிட்டுக் கொண்டது.

சற்றுமுன் கோவிந்தசாமி சொன்ன தகவல்... ராபர்ட் கேர் ஆஃப் விசுவநாதன் என்ற கடிதம்...

வந்தவனின் கழுத்தில் தொங்கும் தங்கச்சிலுவை...

தங்கியிருக்கும் கிறிஸ்தவ தம்பதிகள்...

'ஆள்மாறிவிட்டதா?'

'எப்படி? பாஸ்கர் என்று சொல்லிக்கொண்டு, இவன்தானே போட்டோ அனுப்பியிருக்கிறான்.'

'பத்துப் பொருத்தமும் பொருந்திய பாஸ்கர் என்று சொல்லிக்கொண்டு இவன்தான் போட்டோ அனுப்பியிருக்கிறான்.'

'பத்துப் பொருத்தமும் பொருந்திய பாஸ்கர்!'

"ஏமாற்றவா?"

'ஏன்? வேறு பெண்ணே இல்லையா? ராணுவத்தில் இருக்கும் ஒரு ராபர்ட், வலிய இந்த வெண்பட்டு கிராமத்துக்கு வந்து ஒரு விசுவநாதனின் மகளை ஏமாற்ற வேண்டிய அவசியம்தான் என்ன?'

'நாம் அவசரப்படக்கூடாது.'

'அதே நேரம் யாமினி என் மகளைப்போல!'

'இந்த விவரம் தெரிந்தும் விசுவநாதனிடம் பேசாமல் இருக்கக்கூடாது.'

'நாளை ஏதாவது ஓர் ஏடாகூடம் என்றால், அந்தப் பெண்ணின் வாழ்வு சிதைந்துவிட்டதற்கு நானும் ஒரு காரணமாகிவிடுவேன்.'

'விசுவநாதனிடம் பேசிவிட வேண்டும்.'

'விடிந்தால் கல்யாணம்.'

'ஏதாவதொரு வில்லங்கம் இருந்தால், இப்போதுகூட கல்யாணத்தை நிறுத்திவிடலாம்.'

'பாவம் விசுவநாதன்.'

'ஒருவேளை, இது ஏமாற்றமாக இருந்தால், அதைத் தாங்கும் சக்தி விசுவநாதனின் இதயத்துக்கு உண்டா?'

'இவர்தான் என் மாப்பிள்ளை பாஸ்கர் என ஊர் முழுக்கத் தண்டோரா தட்டிவிட்ட பின், எல்லாமே தலைகீழாக மாறினால் தாங்குமா?'

'தாங்கித்தான் ஆகவேண்டும்.'

'நாளை ஏற்படவிருக்கும் பெரிய அதிர்ச்சியைவிட இது தேவலை.'

நாட்டாமை வெளியே வந்தார்.

திண்ணையில் பேசிக் கொண்டிருந்த விசுவநாதனைக் காணவில்லை.

"விசு எங்கேய்யா?"

"மண்டபத்துக்குப் போய்விட்டார்."

"அவரை யாராச்சும் கூட்டிட்டு... வேண்டாம். நானே மண்டபத்துல அவரைப் போய்ப் பார்க்கிறேன்."

நாட்டாமை உள்ளே வந்து அந்தக் கதர்ச் சட்டையை தலைவழியாக எடுத்து மாட்டிக்கொண்டார்.

வேட்டியை இடுப்பில் இறுக்கிக்கொண்டு, அவிழ்ந்திருந்த குடுமியை உதறி முடிந்துகொண்டார்.

மண்டபத்தை நோக்கி வேகமாக தன் செருப்பு சப்திக்க நடக்கத் தொடங்கினார்.

நேரம் பதினொன்றை நெருங்கிக் கொண்டிருந்தது.

மாப்பிள்ளை அழைப்பின் தடபுடல் ஓய்ந்து வெண்பட்டு கிராமம் உறக்கத்தை அணைத்துக்கொள்ள...

நாட்டாமை மண்டபத்துக்கு வந்துவிட்டார்.

மணவறை அலங்காரம் ஒரு பக்கம் நடந்து கொண்டிருக்க, நாதஸ்வர கோஷ்டி உறக்கத்தில் இருந்தது. பின்கட்டை நோக்கி நடந்தார் நாட்டாமை.

மறுநாள் உணவுக்குத் தேவையான காய்கறிகளை சமையல் கோஷ்டி நறுக்கிக் கொண்டிருக்க, ஸ்வீட் போடும் பணியில் சமையல்காரர் தீவிரமாக இருந்தார்.

"தம்பி... விசுவநாதன் எங்கே?"

"இங்கேதான் இருந்தார்."

"இப்பவா?"

"இத்தனை நேரம் எங்ககூடத்தான் இருந்தார். வெளில போயிருப்பாங்க பாருங்க."

நாட்டாமை வெளிப்பட்டு மண்டபம் முழுக்க விசுவநாதனைத் தேடினார். காணவில்லை.

'வீட்டுக்குப் போய்விட்டாரா?'

'இந்த நள்ளிரவில் அவரைத் தேடி நான் எங்கேயெல்லாம் ஓடுவது?'

கிராமத்து மணியக்காரர் மகன் வடிவேல் வந்தான்.

"வடிவேலு, விசுவநாதன் எங்கேயிருந்தாலும் புடிச்சு இழுத்துக்கிட்டு வா. நாட்டாமை மண்டபத்துல இருக்கார். உடனடியா உங்களை வரச்சொன்னார்னு சொல்லு."

"விசு மாமா, கோயில்கிட்டே உள்ள கூட்டுறவு ஆபீஸ் வாசல்ல கொஞ்சம் முன்னால இருந்தாரே!"

"அப்படியா? போய்ப் பாரு! இருந்தா கையோட கூட்டிட்டு வா!"

அவன் போய்த் திரும்பினான் பத்து நிமிடங்களில்.

"அங்கேயும் இல்லீங்கய்யா."

"சரிப்பா! அவர் வீட்ல, இன்னும் வெண்பட்டு கிராமம் முழுக்க அலசி, இன்னும் அரைமணி நேரத்துல அவரை என் முன்னால கொண்டுவந்து நீ நிறுத்தணும்."

"சரிங்கய்யா."

வடிவேல் போய்விட்டான்.

நேரம் பதினொன்று முப்பது. நாட்டாமை ஒரு பெரிய கொட்டாவி விட்டார். உறக்கம் சுழற்றியது.

கொஞ்சம் குளிர் நீர் எடுத்து முகத்தில் அறைந்துகொண்டார். வேட்டி விளிம்பில் துடைத்துகொண்டார்.

'விடிந்தால் முகூர்த்தம்!'

'எங்கே விசுவநாதன்?'

'கல்யாண வேலையாக எங்காவது அலைந்து கொண்டிருப்பார் இந்த கிராமத்தில்.'

'ஆனால், மேற்படி சந்தேகங்களை நிவர்த்தி செய்துகொண்டே ஆகவேண்டும்.'

'இல்லையானால், நாளை விசுவே என்னிடம் கேள்வி கேட்கலாம்.'

'எல்லாம் தெரிந்துமா நீங்க பேசாம இருந்தீங்க? இது நியாயமா நாட்டாமை?'

நேரம் பன்னிரண்டு. தேவாலய மணி ஒலித்தது.

வடிவேல் திரும்பினான்.

"விசு மாமா ஓர் இடத்திலேயும் இல்லை அய்யா."

நாட்டாமை மிரண்டுபோனார்.

"என்னப்பா சொல்றே நீ? விடிஞ்சாக் கல்யாணம் எங்கே போவான் விசு."

"நான் பார்த்துட்டுத்தானேய்யா வந்து சொல்றேன்."

"சரி. நீ போ!"

நாட்டாமைக்கு உடம்பு லேசாக நடுங்கத் தொடங்கியது.

'தேடிப்போன வடிவேலின் கண்களில் படாமல் விசுவநாதன் எங்கே போனார்?'

'இந்த நள்ளிரவில்... கிராமமே உறங்கும் நடுநிசியில் இதை நான் யாரிடம் சொல்வேன்?'

மண்டபம் பரபரப்பாக மறுநாளையத் திருமணத்துக்காக இயங்கிக் கொண்டிருந்தது.

'இனி இங்கு உட்காருவதில் அர்த்தமில்லை.'

'எப்படியும்... விசுவநாதன் எங்கே போயிருந்தாலும் திரும்பித்தானே ஆகவேண்டும்?'

காலையில்கூட பேசிக் கொள்ளலாம்.

எழுந்தார் நாட்டாமை.

மண்டப வாசலில் இறங்கி, தம் வீட்டை நோக்கி அவர் நடக்கத் தொடங்க,

''நாட்டாமை!''

விசுவநாதன் மூச்சிரைக்க எதிரே வந்து கொண்டிருந்தார். ஒரு பைக் புறப்பட்டுப் போகும் சப்தம் அந்த இருட்டில் கேட்டது.

''என்னப்பா விசு? எங்கே போயிருந்தே நீ? இந்த ராத்திரில உன்னை நான் எங்கெல்லாம் தேடறது?''

''வள்ளிமலைக்குப் போயிருந்தேன்.''

''விடிஞ்சாக் கல்யாணம். ராத்திரி நேரம் வள்ளிமலைல உனக்கென்ன வேலை? எதுல போனே?''

''பத்து மணிக்கு சாய்பு வந்து கூட்டிட்டுப் போனார். அவர்தான் கொண்டு வந்துவிட்டார்.''

''சாய்பு?''

''ம்...! கறீம்பாய்.''

''நாளைக்கு நடக்கப்போற கல்யாணத்துக்கும் கறீம்பாய்க்கும் என்ன சம்பந்தம் விசு?''

விசுவநாதன் பேசவில்லை.

''சரி, உள்ளே வா. நான் சில முக்கியமான விஷயங்களை உன்கிட்டப் பேசணும் விசு.''

விசுவநாதன் நாட்டாமையுடன் உள்ளே வந்தார். மண்டபத்தின் ஒரு மூலையில் இருவரும் அமர்ந்துகொள்ள...

''சொல்லுங்க நாட்டாமை!''

தன் கையில் சுருட்டி வைத்திருந்த வார இதழை வெளியே எடுத்தார் நாட்டாமை. குறிப்பிட்ட பக்கத்தைக் காண்பித்து, "பாரு இதை!"

விசுவநாதன் பார்த்தார்.

"அட! நம்ம மாப்ளை சார் எழுத்தாளரா? பரிசுகூட வாங்கியிருக்காரே! சொல்லவே இல்லையே!"

"போட்டோ மட்டும் பார்த்துட்டுப் பேசாதே விசு. அடியில என்ன போட்டிருக்கு பார்."

"ராபர்ட்டுன்னு போட்டிருக்கு."

"உன் மாப்ளை பேரு பாஸ்கர். ஏன் ராபர்ட்னு இந்தப் பத்திரிகைல போட்டிருக்கு."

"உனக்குத் தெரியுமே நாட்டாமை. ராணுவத்துல ராபர்ட்னு நம்ம மாப்ளைக்கு உயிர் நண்பர் உண்டுன்னு. இப்ப, என் வீட்ல மாப்ளைகூட தங்கிருக்கிற அந்த விக்டர் தம்பதிகள்கூட இந்த ராபர்ட்டோட அப்பா, அம்மா தானே!"

"அதெல்லாம் எனக்கும் தெரியும் விசு. ஏன் ராபர்ட்னு பேரைப் போட்டிருக்கு?"

விசுவநாதன் கடகடவென சிரித்தார்.

"மாப்ளை சார் கழுத்துல ஏன் சிலுவை போட்டிருக்கார்?"

"ம்... அதையும்தான் கேக்க நினைச்சேன் நான்."

"நான் சொல்றேன். நட்புக்கு காலம் காலமா நம்ம ஊர்ல மரியாதை உண்டு. காவிய காலம்தொட்டே நட்புக்காக உசிரைவிட்ட சரித்திரம்கூட உண்டு. கோப்பெருஞ்சோழன், பிசிராந்தையார் கதை உனக்குத் தெரியாதா?"

"சரி விசு... அது இப்ப ஏன்?"

"நம்ம மாப்ளை பாஸ்கர், சின்ன வயசுல பெத்தவங்களை இழந்தவர். அவர், தன்னை அனாதைன்னு உணராதபடி தாய்,

தகப்பனா இருந்து அவரை வளர்த்தவங்க இந்த விக்டர் தம்பதிகள்தான். ராபர்ட்டைப் பெத்தவங்க அதனாலதான் மாப்ளை கழுத்துல சிலுவை. அதுவும் ராபர்ட் போட்டுவிட்டது. ராபர்ட் மேல உசிரு அவருக்கு. அதனாலதான் எழுதின கதைக்கு புனைப்பெயரா அந்தத் தம்பி பேரை போட்டிருக்கலாம். மனைவி பேர்ல, குழந்தை பேர்ல, தாய் பேர்ல... இப்படிப் பல புனைப்பெயர்களில் எழுதற பிரபலங்கள் தமிழ்நாட்ல இல்லையா? மாப்ளை சார் ராபர்ட் பேர்ல எழுதக்கூடாதா?''

''சரி, எழுதட்டும். கோவிந்தசாமி கொண்டு வந்த லெட்டர் விவகாரம் என்னாச்சு? ராபர்ட், கேர் ஆஃப் விசுவநாதன்னு விலாசமிட்டு வந்ததாச் சொல்றானே?''

''கோவிந்தசாமி குடிக்காம பேசினாலே உளறுவான். மாப்பிள்ளை அழைப்பு சமயத்துல நல்லா தண்ணியடிச்சுட்டு காருக்கு முன்னால அவன் ஆடினதை நீங்க பார்க்கலையா?''

''அதுக்கில்லை விசு...''

''உங்க சந்தேகம் எனக்குப் புரியுது. கிறிஸ்தவக் குடும்பத்தோட இத்தனை ஐக்கியமான ஒருத்தர், விசுவுக்கு மாப்ளையான்னு யோசிக்கறீங்க?''

''அய்யோ... அதுகூட இல்லை விசு.''

''த பாருங்க அய்யா! கொஞ்சம் முன்னால் என்னை வண்டில இறக்கி விட்டுட்டுப் போனாரே கறீம்பாய்... அவர் ஒரு முஸ்லீம். இப்பக்கூட பணத்துக்காகத்தான் அவரை சந்திக்கப் போனேன். பணத்தோட என்னைக் கொண்டுவந்து இறங்கிவிட்டுட்டுப் போறார். மதத்துல என்ன இருக்கு? மனிதநேயம் பெரிசு. எத்தனை உத்தமமான பிள்ளை பாஸ்கர். இத்தனை கண்ணியமான ஒரு கணவன் என் யாமினிக்கு அமைய அவ பூர்வஜென்மத்துல புண்ணியம் பண்ணியிருக்கணும்!''

''விசு!''

''கிறிஸ்தவ தம்பதிகள் வளர்த்த பிள்ளைதான். உசந்து நிக்கலையா பாஸ்கர்? தன்னை எல்லாத்துக்கும் அப்பாற்பட்டு 'ஓர் இந்தியன்!'ன்னு சொல்லியிருக்கும்போது, எனக்கே மயிர்க் கூச்சல் எடுக்குது. இந்த வெண்பட்டு கிராமம் தவிர, எதையும் அறியாத என்னோட குறுகின வட்டத்தை விசாலமாக்கித் தெளிய வச்சவர் இந்த பாஸ்கர்தான்.''

நாட்டாமை மௌனமாய் இருந்தார்.

விசுவநாதன் பேசப்பேச, அந்த உணர்ச்சிகள் அவரையும் தொற்றிக்கொண்டது.

'நிஜம்தான்.'

'நட்புக்காக சிலுவை தரிப்பதோ, புனைப்பெயரில் படைப்புகளை வெளியிடுவதோ இங்கு புதிதல்ல.'

'கோவிந்தசாமி குடிகாரன். உளறியிருக்கலாம். அப்படியானால், அந்தக் கடிதம் எங்கே?'

'நிச்சயமாக பாஸ்கர் ஒரு வித்தியாசமான இளைஞன்தான்.'

'ஏமாற்றும் எண்ணமுள்ளவன், ஒரு பணக்காரக் குடும்பத்தைத் தேர்ந்தெடுத்திருக்கலாமே! இந்த வெண்பட்டு விசுவநாதனிடம் என்ன இருக்கிறது? விசுவநாதன் அவர் மகள் இருவரின் இதயத்தில் அடி ஆழம்வரை சென்றுவிட்டான் இந்த பாஸ்கர்.'

'அது, இனி மாறாது.'

'எனக்கும் என் மகளுக்கும் சந்தேகமாகத் தோன்றிய சகலமும், விசுவநாதனின் முறையான விளக்கத்தில் தெளிவாகிறது.'

'விளக்கமும் நியாயமாக இருக்கிறது.'

''போகலாம் விசு. நீ பெத்திருந்தாலும், யாமினியை என் சொந்த மகளா நான் நினைக்கிறேன் விசு. அந்தப் பாசத்துல,

அந்தக் குழந்தைமேல உள்ள அக்கறைல இதையெல்லாம் கேட்டேன்.''

''தப்பில்லை நாட்டாமை. நானும் பெருமைப்படறேன். யாமினி வளர்ந்ததே உங்க வீட்லதான். வளர்த்த பாசம் ரொம்ப உசத்தி. அதனாலதானே விக்டர் தம்பதிங்க பாஸ்கர் கல்யாணத்தை தன் பிள்ளை கல்யாணமா நினைக்கிறாங்க.''

''சரி, ஒரு மணிநேரம் போய்ப் படுக்கலாம்.''

''நீங்க போங்க நாட்டாமை. நான் மண்டபத்துல இவங்களையெல்லாம் கொஞ்சம் கிட்ட இருந்து வேலை வாங்கினாத்தான் சரிப்படும்.''

''நீ தூங்கப் போறதில்லையா?''

''என் மகளுக்கு நல்ல மாப்பிள்ளை அமையணுமேன்னு எத்தனையோ நாள் நான் தூங்கலை. அது பலிச்சாச்சு. பாஸ்கர்கிட்டே அவளை ஒப்படைச்சிட்டா, அப்பறம் நிம்மதியா தூங்கலாமே.''

நாட்டாமை இருளில் கரைந்தார்.

அதேநேரம்...

ராபர்ட்டுக்காக ஒதுக்கப்பட்டிருந்த வீட்டில், தன் பெற்றோரின் எதிரே ராபர்ட் உட்கார்ந்திருந்தான்.

''தூங்கு ராபர்ட். முழிச்சுக்கிட்டே இருந்தா என்ன அர்த்தம்?''

''அப்பா!''

''சொல்லு ராஜா!''

''பெரிய குற்றம் செய்யறேனா நான்? விடிஞ்சா யாமினி கழுத்துல தாலி கட்டணும். ஒரு கிறிஸ்துவ இளைஞனா மாறி, கிராமத்துப் பெண்ணை ஏமாற்றினான்னு பத்திரிக்கைல வருமாப்பா?''

விக்டர் கவலையுடன் அவனை பார்த்தார்.

"இந்த அளவு உறுத்தல் இருந்தா, விசுவநாதன்கிட்ட நீ உண்மையைச் சொல்லியிருக்கணும் ராபர்ட்."

"அவர் என்னைப் பேச விடலைப்பா. நானும் எத்தனையோ முறை பகிரங்கமாப் பேசியும் அவர் அதை ஒப்புக்கலை. அவர் மனசுல, யாமினி இதயத்துல நான் கல்வெட்டா செதுக்கப்பட்டாச்சு."

"பின்ன விடு. நிகழ்ந்தது அத்தனையும் தற்செயல். நீ பேச முயற்சி செஞ்சும், விசுவநாதன் காதுகளை அது அடையலைன்னா, கர்த்தர் கிருபை எனக்கு யாமினிதான் மனைவியாகணும்னு இருக்கு."

"பாவம்பா பாஸ்கர். எத்தனை கனவுகளை வளர்த்து வச்சிருப்பான்? அவனுக்கு நான் துரோகம் செஞ்சிட்டேனா?"

"இல்லை ராபர்ட். பாஸ்கர் போலவே புகைப்படம் பார்த்துதான் உன்னை கணவனா வரிச்சிட்டா யாமினி ஓர் ஆணுக்கு ஏமாற்றம் ஏற்படலாம். ஆனா, கணவனா மனசுல ஒருத்தனை பூஜிக்கத் தொடங்கிட்ட பின்னால பெண் ஏமாறக்கூடாது. இது எல்லா மதத்துக்கும் பொருந்தும்." அம்மா சமாதானம் சொன்னாள்.

"நீ தூங்குப்பா. உன் நல்ல மனசுக்கு ஒரு குறையும் வராது."

ராபர்ட் தூங்கவேயில்லை.

விடியும் நேரம் யாரோ வந்தார்கள்.

"மாப்ளை சார் வந்தாச்சா?"

"ம்... எழுப்பறேன்." ராணி குளித்துவிட்டு வந்தாள்.

விசுவநாதன் குளித்து நெற்றி நிறைய விபூதி சகிதம் சிவப்பழமாக வந்துவிட்டார்.

"மாப்ளைக்கு அலங்காரம் பண்ணனும். யாரையாவது அனுப்பணுமா நான்?"

"ஆண் பிள்ளைக்கு என்ன சார் அலங்காரம்?"

"இன்னும் அரைமணி நேரத்துல வண்டி எடுத்துட்டு வர்றேன். தயாரா இருங்க!"

போய்விட்டார்.

ராபர்ட் பட்டு வேட்டி கட்டி, மாப்பிள்ளையாகத் தயாராகிவிட்டான்.

வாகனம் வந்துவிட்டது விசுவநாதனுடன், அவர்களை மண்டபத்தில் கொண்டுவந்து சேர்த்தார்.

கிராமத்து மக்கள் காலை உணவை ஒரு பிடிபிடித்துக் கொண்டிருந்தார்கள்.

யாமினி ஏறத்தாழ முழுவதும் அலங்கரிக்கப்பட்டு விட்டாள். அவளைச் சுற்றி ஒரு பெண்கள் கூட்டம் கேலியும், கிண்டலுமாகச் சூழ்ந்திருக்க, மணவறையில் ராபர்ட் கொண்டுவந்து அமர்த்தப்பட்டான்.

"பெத்தவங்களுக்கு பாதபூஜை செய்யணுமே மாப்பிள்ளை."

"அவருக்கு அப்படி யாரும் இல்லை." என்று நாட்டாமை புரோகிதரிடம் சொல்ல, ராபர்ட்டுக்கு வலித்தது.

"ஏன் இல்லை? இந்த விக்டர், ராணி அவரைப் பெத்தவங்களைவிட, உசத்திதானே?"

"விசு! அவங்க கிறிஸ்தவங்க, அய்யர் கேக்கறது பாதபூஜைக்காக. அது நம்ம இந்துமதச் சடங்கு."

"இருக்கட்டும் நாட்டாமை. ஆளாக்கினவங்க பாதத்துக்கு பூஜை பண்ண மதமென்ன தடை? மாப்பிள்ளை தாராளமா அதைச் செய்யலாம். அந்த நாற்காலிகளைக் கொண்டுவந்து போடு."

இரண்டு நாற்காலிகள் போடப்பட, விசுவநாதன் விக்டரின் முன் பவ்யமாக வந்து நின்றார்.

"ரெண்டு பேரும் வந்து உட்காருங்க. மாப்பிள்ளை உங்களுக்குப் பாதபூஜை பண்ணட்டும்."

"அய்யோ... நாங்க..."

"நீங்க அவருக்கு அப்பா, அம்மா! அப்படித்தானே அவர் நம்பறார். உங்க பிள்ளை உங்களுக்குப் பாதபூஜை பண்ணாம, யாருக்குப் பண்ணுவார். வாங்க."

விக்டர் நெகிழ்ந்து போயிருந்தார்.

ராணி அழவே தொடங்கிவிட்டாள். ராபர்ட் இதைச் சற்றும் எதிர்பாராததால், ஒருவித உணர்ச்சிக் கொந்தளிப்பில் சிக்கி பிதற்றிக் கொண்டிருந்தான்.

அவர்கள் அமர, ராபர்ட் பாதபூஜை நடத்தத் தொடங்கினான்.

கிராமத்தில் பல பேர் முகம் சுளித்தார்கள்.

"விசுவநாதன் ரொம்ப ஓவராப் போறார்ப்பா. அவரைத் தட்டிக் கேட்க கிராமத்துல யாருமே இல்லையா?"

"நாட்டாமைதான் பெரியவர். அவரே விசுவநாதனுக்கு ஜால்ரா! வேற யாரு கேக்கறது?"

"கழுத்துல சிலுவை. இடுப்புல பட்டு வேட்டி, கிறிஸ்தவ தம்பதிகளுக்குப் பாதபூஜை. இந்தப் பக்கம் அக்னி. என்னய்யா கல்யாணம் இது?"

பாதபூஜை முடிந்தது.

முகூர்த்த நேரம் நெருங்கிக் கொண்டிருந்தது.

பூரண அலங்காரத்துடன் யாமினி அழைத்து வரப்பட்டாள். ராபர்ட் பக்கத்தில் அமர்த்தப்பட்டாள்.

ராணி கண் கொள்ளாமல் அவளை நிரப்பிக்கொண்டாள்.

"என்னங்க, அந்தப் பெண் எத்தனை அழகா இருக்கு?"

"நம்ம பிள்ளை குடுத்து வச்சவன் ராணி. குழந்தைகள் எந்தப் பிரச்சனையும் இல்லாமல், நல்லபடியா வாழ அந்த ஆண்டவர் துணை நிற்கட்டும். நம்ம மதத்துலகூட பெத்தவங்களுக்கு இத்தனை மரியாதை தர்றதில்லை. ஒரு கல்யாணத்துல நீயும், நானும் புண்ணியம் பண்ணியிருக்கோம் ராணி."

அய்யர் மந்திரங்களைச் சொல்லிக் கொண்டிருந்தார்.

தங்கத்தாலி மற்றவர்களின் ஆசி பெற, மண்டபத்தை வலம் வந்து மணவறைக்கு வர, புஷ்பங்களோடு பெரியவர்கள் காத்திருக்க, ராபர்ட் தாலியைக் கையில் எடுத்தான்.

விசுவநாதனும், விக்டர்-ராணியும் நாட்டாமையும், அட்சதையுடன் உணர்ச்சிவசப்பட்டு நிற்க,

கெட்டிமேளம் முழங்க,

ராபர்ட் தாலியை யாமினி கழுத்தில் கட்டப்போன நேரம்.

போலீஸ் ஜீப் வந்து நின்றது வாசலில். காக்கிச் சீருடைகள் நாலைந்து தபதபவென இறங்கின.

***

அத்தியாயம் 9

இன்ஸ்பெக்டரும், மற்ற போலீஸ்காரர்களும் இறங்கி உள்ளே வர கையில் பிடித்த தாலியோடு 'திக்'கென்று விழித்தான் ராபர்ட்.

விசுவநாதன் படியிறங்கி ஓடினார்.

''வாங்க இன்ஸ்பெக்டர்.''

''ஸாரி! நான் லேட்டா?''

''இல்லை. தாலி கட்டற நேரத்துக்கு நீங்க சரியா வந்தாச்சு.''

அவர்கள் நெருங்க, அய்யரைப் பார்த்து விசுவநாதன் கண்ணசைக்க, மந்திரமும், மேளமும் முழுக்க, ராபர்ட் தாலியை யாமினி கழுத்தில் கட்டிவிட்டான்.

அட்சதை தூவி அத்தனை பேரும் ஆசீர்வதிக்க, தொடர்ந்து சாப்பாட்டுக்கு அந்தக் கிராமத்து மக்கள் முண்டியடித்துக் கொண்டிருந்தார்கள். அந்த இன்ஸ்பெக்டர் உட்பட முக்கியமான கிராமத்துப் பெரியவர்களுக்கு தன் மாப்பிள்ளையைப் பெருமையுடன் அறிமுகப்படுத்திக் கொண்டிருந்தார் விசுவநாதன்.

சற்று நேரத்தில் பரபரப்பு ஓய்ந்து கூட்டமும் மெல்லக் கரையத் தொடங்கின. ராபர்ட் சோர்ந்து போயிருந்தான்.

யாமினி, உள்ளே பெண்கள் இருந்த பகுதிக்கு அழைத்துச் செல்லப்பட்டிருந்தாள். ராபர்ட் மாலையை அவிழ்த்துவிட்டு அக்கடா என்று தன் அப்பா பக்கத்தில் உட்கார்ந்துவிட்டான்.

''தம்பீ! நானும் அம்மாவும் கிளம்பட்டுமா?''

''இருங்கப்பா. என்ன அவசரம்?''

''இல்லைப்பா. எங்க வேலை முடிஞ்சாச்சு. இனிமே கிளம்ப வேண்டியதுதான். விசுவநாதன்கிட்ட சொல்லிக்கணும். நீ எப்ப மிலிடிரிக்குத் திரும்பப் போற?''

''இந்த வாரக்கடைசில.''

''யாமினி?''

''எப்படிப்பா நான் கூட்டிட்டுப் போகமுடியும்?'' குரலைத் தழைத்துக்கொண்டான் ராபர்ட்.

விக்டர் பேசாமல் அவனைப் பார்த்தார்.

''அங்கே க்வார்ட்டர்ஸ் கிடைக்கும். எனக்குக் கல்யாணமான விஷயத்தையே போய்த்தான் சொல்லணும். இங்கே நான் பாஸ்கரா வேஷம் போடலாம். அங்கே முடியாதேப்பா. மேலும், நிஜமான பாஸ்கர் ஆயிரம் கனவுகளோட அங்கே வாழறான். எப்படீப்பா யாமினியோட நான் போய் நிற்க முடியும்?''

ராணி அருகில் வந்து உட்கார்ந்தாள்.

''என்னதான் செய்யப்போற தம்பீ?''

''யாமினியை இங்கே விட்டுட்டு நான் போகப்போறேன். திரும்பி வர ஒரு வருஷமாகும். யாமினிக்கு நிஜத்தைச் சொல்லிவிட்டு நான் போறதா, இல்லை ஒரு வருஷம் வரைக்கும் இந்த ஒப்பனையைக் கலைக்காம இருக்கறதான்னு எனக்குப் புரியலை.''

''தம்பி.''

"அப்பாவும், மகளும் என் மேல உசிரையே வச்சிருந்தாலும், நிச்சயமா இது அதிர்ச்சிதான். அதைத் தாங்கிக்கற பக்குவத்தை உண்டாக்க கொஞ்சம் கால அவகாசம் வேணுமோனு இப்ப நான் யோசிக்கறேன்."

விசுவநாதன் வந்துவிட்டார்.

கூடவே நாலைந்து பேர் வந்தார்கள்.

"மாப்ளை ஒரு எழுத்தாளர் தெரியுமோ? ராபர்ட்ங்கற பேர்ல பத்திரிக்கைல கதை எழுதியிருக்கார்."

ராபர்ட் திடுக்கிட்டான்.

'அதைக் கூடவா பார்த்துவிட்டார் இவர்? அப்படியும் என்னை நம்புகிறாரா? என்ன ஒரு கஷ்டகாலம் இது?'

அவர்கள் சற்றுநேரம் அபத்தமாக இலக்கியம் என்ற பெயரில் ஏதோ உளறிவிட்டுப் போனார்கள்.

விக்டர் எழுந்து விசுவநாதனிடம் வந்தார்.

"நாங்க புறப்படறோம் சார்."

"ஏன் இது? அதுக்குள்ள புறப்பட்டா எப்படி? நான் உங்களை போக விடமாட்டேன்."

"கல்யாணம் முடிஞ்சாச்சு. வீட்ல எல்லாம் போட்டது போட்டபடி இருக்கு. எனக்கும் லீவு இல்லை."

"உங்களை அனுப்பவே எனக்கு மனசில்லை."

விக்டர், விசுவநாதனின் கைகளைப் பிடித்துக்கொண்டார்.

"உங்களை மாதிரி ஒரு மாமனார் கிடைக்க எங்க பிள்ளை கொடுத்து வச்சிருக்கணும். பெற்ற தகப்பனைவிட அதிகமா அன்பு செலுத்தற குணம் உங்களுக்கு."

விசுவநாதன் கூச்சத்தோடு சிரித்தார்.

"பாஸ்கர் உங்க பிள்ளை இனிமே. அவன் மேல நீங்க வச்ச இந்த அன்பு என்னிக்கும் எப்பவும் மாறக்கூடாது."

"அது மாறுமா சார்?"

"அவன் இந்த வாரக்கடைசில ராணுவ முகாமுக்குத் திரும்பிடுவான். ஒரு வருஷம் ஆகும்னு சொல்றானே. கஷ்டமா இருக்கு. அதுவரைக்கும் குழந்தைகள் பிரிஞ்சு இருக்கணுமே."

"என்ன செய்ய முடியும்? நாட்டைக் காக்கற பணில வீடு ரெண்டாம் பட்சம்தான். பெருமையா இருக்கு எனக்கு. ஒரு வருஷம் ஒரு மாசமா ஓடிப் போயிராதா? காத்துட்டு இருக்கட்டும் யாமினி!"

அவர்கள் யாமினியிடம் வந்து சொல்லிக் கொண்டார்கள்.

"நீ நடுவுல நேரம் கிடைச்ச வாம்மா."

"சரி அத்தே!"

விசுவநாதன், அவர்களுக்குப் புடவை வேட்டி எல்லாம் வைத்து தாம்பூல மரியாதை செய்தார்.

வாசல்வரை வந்து ராபர்ட் வழியனுப்பினான்.

பெற்ற தாய் தகப்பனே அந்நியர்போல புறப்பட்டுப் போவதை அவனால் சகித்துக்கொள்ள முடியவில்லை.

அந்த நாள் பொழுது ஓடிவிட்டது.

மாலை ஆலயத்தில் விசேஷ பூஜை முடிந்து வீட்டுக்கு வந்தார்கள். மறுபடியும் விருந்து.

சாந்தி முகூர்த்தம் நடத்த, தன் வீட்டையே ஆள் வைத்து அலங்கரித்துக் கொண்டிருந்தார் விசுவநாதன்.

யாமினியைப் பெண்கள் வந்து அலங்கரித்தார்கள்.

இரவு ஒன்பதைக் கடக்க,

ராபர்ட் அருகில் வந்தார் விசுவநாதன்.

"மாப்ளை சார். இன்னிக்குப் பிரமாதமான நாள். இது மாதிரி நாள் அமையறதே கஷ்டம். எதையும் தள்ளிப்போட வேண்டாம். இன்னிக்கே ஆயிரட்டும்."

"மாமா! இந்த வாரக்கடைசில நான் போயிட்டா, திரும்பி வர ஒரு வருஷம் ஆகுமே."

"அதனால என்ன? யாமினி உண்டாயிட்டா தப்பில்லை. நீங்க வரும்போது உங்களை வரவேற்க உங்க மகன் காத்திருக்கட்டும்."

ராபர்ட் பேசவில்லை.

விசுவநாதன் அவனை மெலிதாக அணைத்து தோளில் தட்டிக்கொடுத்தார்.

"வீட்டுக் கதவை சாத்திக்குங்க. நான் நாட்டாமை வீட்லதான் இன்னிக்குப் படுக்கப்போறேன்." யாமினியின் அருகில் வந்தார்.

"அம்மாடி! இந்த நேரத்துல ஒரு பொண்ணுக்கு அம்மா வேணும். உனக்குக் குடுத்து வைக்கலை. அப்பாவா இருந்தாலும் ஆண் பிள்ளை. எல்லைதாண்டிப் பேச முடியாது. மாப்ளை சார் நல்லவர். அவர் மனசுபோல நடந்துக்கோ ராஜாத்தி."

அவளது உச்சந்தலையில் கை பதித்து அழுத்தினார்.

யாமினி அவர் காலில் விழுந்தாள்.

"நல்லாருடா. நல்ல புருஷனை உனக்கு நான் தேடித் தந்தாச்சு. இனிமே இனிமையா வாழறது உன் கையில."

அவர் வெளியேறி விட்டார்.

ராபர்ட் கதவைத் தாழிட்டுவிட்டு உள்ளே வந்தான்.

"வீடு ஓரளவு பெரிசாத்தானே இருக்கு? உங்கப்பா ஏன் நாட்டாமை வீட்டுக்குப் போனார்."

மௌனமாக நின்றாள் யாமினி.

அருகில் வந்து மெல்ல அவளை அணைத்துக் கொண்டான். நடத்தி கட்டிலுக்கு அழைத்து வந்தான்.

அவனை நமஸ்கரித்தாள்.

"இது நம்ம ராஜ்யம் யாமினி. எந்தப் பாசாங்கும் வேண்டாம். இப்படி வந்து உட்கார்."

அருகில் உட்கார்ந்து கொண்டாள்.

"இன்னிக்கு ரொம்ப நல்ல நாளாம். எல்லாம் முடியணும்னு உங்கப்பா சொன்னார்."

அவள் கூச்சத்துடன் சிரித்தாள்.

"வேணுமா யாமினி?"

அவள் நிமிர்ந்து பார்த்தாள் அவனை.

"ஏன் என்ன தடை?"

"நான் திரும்பி வர ஒரு வருஷம் ஆகுமேன்னு யோசிக்கறேன். அதுக்குள்ள நீ உண்டாயிட்டா?"

"ஆகட்டும்."

"சுமக்கும்போது, பிரசவ நேரத்துலேன்னு இப்படி எதுக்குமே உன் பக்கத்துல நான் இருக்கமாட்டேன். உனக்கது பெரிய சங்கடமா இருக்காதா யாமினி? என்னாலும் அந்த விவரங்கள் தெரிஞ்சிட்டா உன்னைப் பார்க்காம ஒரு நாள்கூட இருக்க முடியாது. அதனாலதான் யோசனை பண்றேன்."

"யாமினி பேசவில்லை."

"என்ன யாமினி, நீ ஒண்ணுமே பேசமாட்டாங்கறே?"

"நான் உடனடியா சுமக்கணும்னுதான் ஆசைப்படறேன்பா!"

"யாமினி?"

''உங்களைப் பிரிஞ்சு ஒரு வருஷம் இருக்கணும். வழியில்லை. உங்க வாரிசு என் கர்ப்பத்துல வந்துட்டா. நீங்க என் கூடவே இருக்கற மாதிரி எனக்கு ஒரு சந்தோஷம் கிடைக்கும். உங்க முகஜாடை, இதே குறும்பு சிரிப்புல எனக்கொரு பிள்ளை பிறக்கணும். உடனடியா கர்ப்பத்துல அது வரணும்.''

''நாளைக்கேவா.'' கண்ணடித்தான்.

''ச்சீய்!''

அவளை அணைத்து வகிட்டில் முத்தமிட்டான்.

''பொல்லாதவர் நீங்க.''

''ஏன்?''

''என்னை ஏமாத்தியிருக்கீங்க.''

'சுருக்'கென்றது ராபர்ட்டுக்கு.

''என்ன சொல்றே யாமினி நீ?''

''நீங்க ஓர் எழுத்தாளர். உங்க நண்பர் பேர்ல கதை எழுதி அது பரிசும் வாங்கியிருக்கு. அந்த புத்தகத்தைக்கூட என் கண்ணுல காட்டலை நீங்க.''

''எல்லோரும் நான் எழுதின புத்தகத்தை மட்டும்தான் படிக்க முடியும். எழுதினவனையே படிக்கற வாய்ப்பு உனக்கு மட்டும்தானே வாய்ச்சிருக்கு.''

''நான் பாக்யசாலி.''

''இதுல மட்டும் உன்னை நான் ஏமாற்றலை. இன்னும் நிறைய விஷயங்கள்ல ஏமாத்தியிருக்கேன். ஒரு வருஷம் கழிச்சு நீயும், உங்கப்பாவும், சக்கையா ஏமாறப் போறீங்க, அப்ப என் மேல கோவப்படக் கூடாது.''

''சவாலா? உங்களை நான் ஏமாத்திக் காட்டறேன்.''

''நீ... என்னை... ஏமாத்தப் போறியா?''

''நிச்சயமா!''

''சரி பார்க்கலாம்!''

அவனிடம் படிப்படியாக தன்னைக் கொடுத்தாள் யாமினி. அப்படியே உறங்கிப் போனாள்.

நள்ளிரவில் ராபர்ட் விழித்தான்.

தாகம் எடுத்தது. கலைந்த தன் உடைகளை சரிப்படுத்திக்கொண்டு எழுந்தான். யாமினிக்கு போர்த்திவிட்டான். எழுந்து முன்னறைக்கு வந்தான்.

பானையிலிருந்து தண்ணீர் எடுத்துக் குடித்தான்.

உறக்கம் போய்விட்டது.

பாஸ்கரின் ஞாபகம் வந்தது.

'பாவம் பாஸ்கர்! இதே யாமினியை நெஞ்சில் சுமந்துகொண்டு எத்தனை ஆசையோடு காத்திருப்பான்!'

'ஸாரி பாஸ்கர்! தன் உடல், உள்ளம் சகலத்தையும் என்னிடம் யாமினி தந்தாகிவிட்டது. நான் செய்த இந்த ஆள்மாறாட்டம் சட்டப்படி பெரிய குற்றம்தான். ஆனால் தெய்வம் என்னைப் பேசவிடவில்லை. அந்தப் பெண்ணின் கணவன் நான்தான் என்று தீர்ப்பு வந்த பின்னால், யாரால் அதை மாற்ற முடியும்?'

'நான் அங்கு வந்துவிடுவேன்.'

'இந்த நாலு நாட்களில் யாமினிக்கு எந்த அதிர்ச்சியும் தரத் தயாராக இல்லை நான்.'

'இந்த நாலு நாள் சந்தோஷத்தை வைத்துக்கொண்டு தான் ஒரு வருஷம் முழுக்க அவள் ஓட்டவேண்டும்.'

'ஓட்டட்டும். ஒரு வருஷம் முடிவதற்குள் என் பிள்ளை இந்த பூமியைப் பார்த்துவிட்டால், அன்று என் வேஷத்தைக் கலைக்கிறேன்.'

'அதற்குள் உனக்கு மட்டும் நான் சொல்லிவிட வேண்டும்.'

'நீ எப்படி எடுத்துக் கொள்வாய்?'

'எப்படி எடுத்துக் கொண்டாலும் உண்மை உனக்குத் தெரிந்துதான் ஆகவேண்டும்.'

யாமினிக்கு விழிப்பு வந்தது. பக்கத்தில் அவனைக் காணாமல் பதற்றத்துடன் எழுந்து வந்தாள்.

ஜன்னல் அருகில் நின்ற அவனை நெருங்கினாள்.

"ஏன்பா? படுக்கலையா?"

"ஓ... நீ வந்துட்டியா? தூக்கம் கலைஞ்சுபோச்சு. ஏதாவது பேசிட்டு இருக்கலாமா யாமினி?"

"ம்."

இருவரும் உட்கார்ந்து விடிய விடிய பேசினார்கள்.

அந்தப் பேச்சுகளில் அர்த்தம் இருந்ததோ, இல்லையோ பேசப்பேச சுகமாக இருந்தது.

ஒரு வருஷத்துப் பேச்சை ஒரு நாளில் பேசி விட்டதைப்போல இருந்தது.

காலை எட்டு மணிக்கு விசுவநாதன் வர, இருவரும் குளித்து முடித்து உடை மாற்றித் தயாரா இருந்தார்கள்.

"மாமா! உங்களுக்குப் பேரன் ரெடி."

விசுவநாதனுக்கு வெட்கம் பிடுங்கித் தின்றது.

"போங்க மாப்ளை சார்."

அன்று நாட்டாமை வீட்டில் விருந்து. கிராமத்தில் பல பேர் அழைத்து விட்டார்கள். இவர்களால் போக முடியவில்லை.

நாலு நாள், நாலு நிமிடங்களாக ஓட, அந்தக் கிராமத்தின் வயல்வெளி, கோயில், களத்துமேடு, தானியக்கிடங்கு என்று ராபர்ட்டும், யாமினியும் சுற்றித் திரிந்தார்கள்.

டென்ட் கொட்டகையில் பி.யு.சின்னப்பா படம் பார்த்து, பழைய பாணியில் தீனமான குரலில் வசனம் பேனினான் ராபர்ட். யாமினியால் சிரிப்பை அடக்க முடியவில்லை.

அன்று இரவும் சிவராத்திரிதான்.

உடலாலும் உள்ளத்தாலும் உச்சம் தொட்டு, விடியும்போது உறங்கிக் கொண்டிருந்தான் ராபர்ட்.

யாமினி தலைக்குக் குளித்து, நெற்றியில் குங்குமம் வைத்து, ஒரு கிள்ளு மல்லிகைச் சரத்துடன் சமையலறைக்குள் நுழைந்தாள்.

'இன்று அவர் புறப்படும் நாள்!'

'யப்பா! நாலே நாட்களில் தாம்பத்யத்தை இந்த அளவுக்கு யாரும் அனுபவித்திருக்க முடியாது.'

'எப்படி அவரை நான் பிரிந்திருக்கப் போகிறேன்?'

நினைத்தபோது உள்ளுக்குள் பொங்கிப்பொங்கி வந்தது.

விசுவநாதனும் பெரிய அளவுக்கு பாதிக்கப்பட்டிருந்தார். ராபர்ட் எதையும் வெளியில் காட்டிக் கொள்ளவில்லை.

புறப்படும் நேரம் வந்துவிட்டது.

"வரட்டுமா மாமா?"

"நான் யாமினியை ஜாக்ரதையா பார்த்துக்கறேன் மாப்ளை."

"உங்க மகள்மேல உங்களுக்கு இல்லாத அக்கறையா?"

"இனிமே அவ உங்க சொத்து, பாதுகாக்கற பெரிய பாரத்தை எனக்குத் தந்துட்டுப் போறீங்களே."

"ஒரு வருஷம்தானே மாமா."

யாமினியிடம் வந்தான். அவள் கைகளை சேர்த்துப் பிடித்துக்கொள்ள,

அவள் மார்பில் சரிந்து விசும்பத் தொடங்கினாள்.

"அசடு! அழலாமா? ஒரு ராணுவ அதிகாரியோட மனைவி இப்படியா இருக்கணும்!"

அவள் சட்டென நிமிர்ந்து, கண்களைத் துடைத்துக் கொண்டாள்.

பளிச்சென சிரித்தாள்.

ராபர்ட் மண்டியிட்டு அமர்ந்தான்.

அவள் அடிவயிற்றுக்கு சல்யூட் அடித்தான்.

"என் ஜூனியருக்கு அட்வான்ஸ் மரியாதை."

"ச்சோ... அப்பா நிக்கறார்."

"ஏன்? இருந்தா என்ன? இதெல்லாம் தெரியாமலா மாமா உன்னைப் பெத்தார்?"

விசுவநாதன் கூச்சத்துடன் தள்ளிப்போய் நின்று கொண்டார்.

"புறப்படறேன் மாமா."

"சரி மாப்ளை. ஜாக்ரதையா இருங்க. வேறென்ன நான் சொல்ல முடியும்? வாரம் ஒரு கடிதாசி போடுங்க."

"ஆகட்டும் மாமா."

"நடுவுல வரமுடியுமானா ஒருவாட்டி வரப்பாருங்க."

"கஷ்டம் மாமா. முயற்சி பண்றேன்."

நாட்டாமை, தர்மகர்த்தா, தலையாரி, ஜோசியர் என்று ஒரு கூட்டமே அவனைப் பின் தொடர்ந்து வந்தது.

பஸ் நிறுத்தத்தில் வெண்பட்டு கிராமமே கூடி நின்றது, அவனை வழியனுப்ப. பஸ் வந்துவிட, ராபர்ட் ஏறிக்கொண்டான். போய் உட்கார, ஜன்னலுக்கு வெளியே நின்று எட்டி அவன் கைகளைப் பிடித்தாள் யாமினி.

கண்டக்டர் விசில் அடிக்க, பஸ் நகர்ந்தது.

அது புள்ளியாகி, பார்வையை விட்டு மறையும்வரை யாமினியும், விசுவநாதனும் கையை அசைத்தபடி நின்றார்கள். யாமினி சுதாரித்துக்கொண்டு விட்டாள்.

''அப்பா! போகலாமா?''

''ம். சரிம்மா.'' விசுவநாதனின் கண்களில் தளும்பி நின்றது கண்ணீர்.

''என்னப்பா இது? நான் தேவலை போலிருக்கே.''

''என்னால முடியலைமா. குறுகின காலமா இருந்தாலும், அந்தப் பிள்ளைமேல அளவுக்கு மீறி பாசம் வச்சிட்டேன். அவரைப் பிரிய முடியலை எனக்கு.''

''வாங்கப்பா.''

இருவரும் வீட்டை அடைந்தார்கள். நாட்டாமையும் வேறு சிலரும் வந்தார்கள். சற்று நேரம் பேசிவிட்டுப் போனார்கள்.

''ஏம்மா?''

''என்னப்பா?''

''மாப்ளை தொடர்ந்து மிலிடிரில இருக்கணுமா? ராஜினாமா பண்ணிட்டு வந்துரட்டுமே. நம்ம தமிழ்நாட்ல ஒரு வேலை கிடைக்காதா அவருக்கு?''

''நீங்களாப்பா பேசறீங்க? நாட்டைக் காக்கற ராணுவப் பணில இருக்கற மனிதரை மனைவி, குழந்தைகள்னு வீட்டோட முடக்கிப் போடலாமா? அது சரியாப்பா?''

''ஆமாம்மா. நீ சொல்றதும் நிஜம்தான்.''

''அடுத்த வருஷமே அவருக்கு அங்கே வீடு கிடைக்கும். நீங்களும் பெண்ணோட வந்துருங்க. இந்த கிராமத்துல என்ன வச்சிருக்கு உங்களுக்கு மட்டும்?''

''சரிம்மா.''

கோவிந்தசாமி உள்ளே வந்தான்.

"மாப்ளை சார் போயிட்டாரா?"

"இப்பத்தான் ஏத்தி விட்டுட்டு வந்தோம். என்ன?"

"அன்னிக்கு நான் சொன்னப்ப யாரும் நம்பலை. இன்னிக்கும் ராபர்ட்டுன்னு போட்டு அவருக்கு லெட்டர் வந்திருக்கு. பிடிங்க."

விசுவநாதன் அதை வாங்கிக்கொண்டார்.

'ராபர்ட்... கேர் ஆஃப் விசுவநாதன்' என்று விலாசம் எழுதப்பட்டிருந்தது அழகான கையெழுத்தில்.

"அவர் பத்திரிகைல ராபர்ட்ன்னு நண்பன் பேர்ல கதை எழுதறார் கோவிந்தசாமி. லீவுல இந்த விலாசத்துல இருப்பேன்னு தகவல் சொல்லியிருப்பார். அதான் கடுதாசி இப்படி வருது. ஏதாவது பத்திரிகைக்காரங்க எழுதியிருப்பாங்க. அவரோட ராணுவ விலாசத்துக்கு அனுப்பி வச்சிரலாம் இதை. இந்தாம்மா."

அந்தக் கையெழுத்து அவளை உறுத்தியது.

புகைப்படத்துடன் முதன்முதலாக அவன் கடிதம் எழுதியபோது இருந்த கையெழுத்து. இதன் பிறகுதான் நேரில் வந்துவிட்டானே.

'அதே கையெழுத்து எப்படி இப்போது வரமுடியும்?'

'பார்க்கலாமா?'

'அவனுக்கு வந்த கடிதத்தை நீ பார்க்கலாமா?'

'ஏன் கூடாது? நான் அவர் மனைவி. அவர் இங்கு இல்லை. ஏதாவது அவரச்செய்தி இருந்தால்?'

யாமினி நுனி கிள்ளி, விரல் நுழைத்து, அந்த நீளக்கவரின் விளிம்பைப் பிளந்தாள்.

பாஸ்கர் எழுதிய அந்தக் கடிதத்தை யாமினி வெளியே உருவிக்கொண்டாள்.

***

அத்தியாயம்

10

ராபர்ட் ராணுவ முகாமுக்குள் நுழைந்ததும் மஜூம்தார் எதிர்ப்பட்டான்.

"எப்படியிருக்கான் பாஸ்கர்?"

"எத்தனையோ தேவலை ஸாப். பிரமிக்கும்படியான முன்னேற்றம் உடல்நிலைல தெரியுது. ஆச்சரியம்தான்!"

"அப்படியா? ஆஸ்பத்திரிலேதான் இருக்கானா?"

"ம். தனியறைல இருக்கார். நல்ல கவனிப்பு. படுக்கைல படுக்கப் பிடிக்கலை. டாக்டர் கோவப்படுவார்னு தலையாட்டறார். புத்தகங்கள் படிக்கத் தொடங்கிட்டார்."

ராபர்ட் நேராக தன் குடியிருப்புப் பகுதிக்குப் போய் குளித்தான். மெஸ் வந்தான். சாப்பிட்டான். ரயிலில் சரியான ஓய்வு இல்லாததால் உறக்கம் கண்களை சுழற்றியது.

'பாஸ்கரை இன்னும் நான் பார்க்கவில்லை.'

'மஜூம்தார் மூலம் இந்த நேரம் செய்தி போய்ச் சேர்ந்திருக்கும்.'

'பாஸ்கர் என் வரவுக்காகக் காத்திருப்பான்.'

'யாமினி பற்றிய செய்திகளை அறிய எல்லா விவரங்களையும் பேசத் துடித்துக் கொண்டிருப்பான்.'

'அய்யோ? நான் எதை உன்னிடம் சொல்ல முடியும் பாஸ்கர்?'

'உறங்கிவிட்டு மாலை போகலாமா?'

'தாளமுடியாது அவனால்.'

எழுந்து உடை மாற்றிக்கொண்டான். பாஸ்கரைப் பார்க்கவே பிடிக்கவில்லை. ஒரு மாதிரி குற்ற உணர்வு குதறியது.

'ஆனாலும் சந்திக்காமல் எப்படி இருக்க முடியும்?'

ஆஸ்பத்திரிக்கு வந்தான்.

பாஸ்கரை கவனித்துக்கொள்ளும் சிஸ்டர் ஸ்டெல்லா எதிர்பட்டாள்.

"வாங்க ராபர்ட்! துடிச்சிட்டு இருக்கார் உங்களைச் சந்திக்க."

"ம். நானும் அதுக்குத்தான் ஓடி வர்றேன்."

"என்ன, கல்யாணத் தேதியைக் குறிச்சிட்டே வந்துட்டீங்களா?"

"சிஸ்டர் உங்களுக்கு..."

"எல்லாம் சொன்னர் பாஸ்கர். யாமினியோட புகைப்படத்தைக்கூட காண்பிச்சார். அதை எப்படி வச்சிருக்கார்னு நீங்க போய்ப் பாருங்க. ஆச்சர்யப்படுவீங்க. காலைல அவர் கண்ணை முழிக்கறதே யாமினி முகத்துலதான்."

ராபர்ட் நிலைகுலைந்தான்.

"அதெல்லாம் இருக்கட்டும். அவன் தேக ஆரோக்யம் எப்படி இருக்கு?"

"டாக்டரே ஆச்சர்யப்படறார். நீங்க பேசுங்க. ஒண்ணு புரிஞ்சுபோச்சு. அந்தப் பெண்கிட்ட அசாத்திய சக்தி இருக்கு. நேர்ல சந்திக்காமலே ஒரு நோயாளியை குணப்படுத்தற தெய்வீக சக்தி."

ராபர்ட் பேசவில்லை.

வேகமாக நடந்தான். பாஸ்கர் இருந்த அறைக்குள் காலடி ஓசைகூடக் கேட்காமல் மெல்ல நுழைந்தான்.

பக்கவாட்டு ஸ்டூலில் யாமினியின் சின்ன புகைப்படம் அட்டையில் ஒட்டப்பட்டு அந்த அட்டை ஓர் அலங்கார ஸ்டாண்டில் பதிக்கப்பட்டிருந்தது.

பாஸ்கர் பேசிக் கொண்டிருந்தான்.

''எனக்கு என்னலாம் சேதி சொல்லியனுப்பினே ராபர்ட்கிட்டே?''

''ஏன் பேசமாட்டேங்கறே?''

''ஓ... அந்தரங்கச் செய்திகளை நண்பன்கிட்ட சொல்லக்கூடாதா?''

''எனக்கு டெலிபதி தெரியும். உன் மனசுல ஓடறதை நான் இப்பச் சொல்லட்டுமா?''

ராபர்ட் நிற்க முடியாமல் தவித்து,

''பாஸ்கர்.''

பாஸ்கர் குபீரெனத் திரும்பினான். அவசரமாகக் கட்டிலைவிட்டு இறங்க யத்தனித்தான்.

''இருடா.'' ராபர்ட் ஓடி வந்தான்.

''எனக்கு ஒண்ணுமில்லைடா, ஏன் பதட்டப்படற? ஐயாம் ஆல் ரைட்.''

''சரி. நான்தான் வந்துட்டேனே.''

''படவா, உன்கிட்ட நியாயமா நான் பேசக்கூடாது.''

''ஏண்டா பாஸ்கர்?''

''நீ செஞ்ச தப்புக்கு உன் மூஞ்சில முழிக்கறதே பாவம்.''

''பாஸ்கர். நீ என்ன சொல்ற?'' ராபர்ட் மிரண்டான்.

"பின்ன? நான் ரெண்டு லெட்டர் போட்டாச்சு. இந்த ஒரு மாச காலத்துல ஒரு பதில் கூடவா உன்னால போட முடியலை?"

பெருமூச்சுவிட்டான் ராபர்ட்.

"நான் மூணு லெட்டர் போட்டேன் பாஸ்கர் கிடைக்கலியா உனக்கு?" பொய் சொன்னான் கூசாமல்.

"கிடைக்கலையே ராபர்ட்! உட்காருடா. வந்ததும் நேரா இங்கே வராம, ஆடி அசைஞ்சு வர்றியே. என் கஷ்டம் உனக்குத் தெரியாதாடா?"

ராபர்ட் சிரித்தான்.

"சொல்லு. யாமினி என்ன சொன்னா? விசுவநாதனுக்கு என்னைப் பிடிச்சிருக்கா? நீ எல்லா விவரங்களையும் சொன்னியா? ஒண்ணுவிடாம சொல்லுடா ராபர்ட்."

"நீ ஏன் இப்படிப் படபடன்னு பேசற? இனிமே இங்கேதானே இருக்கப்போறேன்."

"அப்ப சொல்லு!"

"விசுவநாதன் யாமினி எல்லாருக்கும் பாஸ்கரை ரொம்பப் பிடிச்சிருக்கு. போட்டோ பார்த்த நிமிஷம் முதலே பாஸ்கர் அவங்கள்ல ஒருத்தனா மாறியாச்சு. பாஸ்கர் மேல எல்லோரும் உயிரையே வச்சிருக்காங்க. போதுமா?"

"என்னடா புதுமாதிரியாப் பேசறே? என்கிட்டப் பேசும்போது 'உன்'னு சொல்லாம பாஸ்கர்னு சொல்ற."

"எல்லாம் ஒண்ணுதானே பாஸ்கர்?"

"நீ எத்தனை நாள் அங்கே இருந்தே?"

"அதுவா முக்கியம்? விவரங்கள்தானே பெரிசு. நீ விபத்துக்குள்ளாகி ஆஸ்பத்திரில இருக்கறதை நான் சொல்லியாச்சு?"

"அடப்பாவி. அதை நாசூக்காச் சொன்னியா? புட்டுப்புட்டு வச்சிட்டியா?"

"எப்படியோ விவரம் சொல்லியாச்சு பாஸ்கர்."

"அதனால யாமினியை எனக்குக் கட்டித் தர விசுவநாதன் கவலைப்படறாரா?"

"யாமினிக்கு பாஸ்கர்தான் புருஷன்னு அந்த வெண்பட்டு கிராமம் முழுக்க பதிவாயாச்சு. போதுமா? பாஸ்கர் புகைப்படத்தை ஊர்ல உள்ள ஆடு மாடுகளுக்கு மட்டும்தான் விசுவநாதன் காட்டலை. தன் மாப்பிள்ளை மேல அத்தனை வாஞ்சை அவருக்கு."

பாஸ்கர் சிலிர்த்துப் போனான்.

"நான் குடுத்து வச்சவன்டா ராபர்ட்."

'ஆமாம் பாஸ்கர். உனக்குவரவேண்டியதை என்கிட்ட தூக்கிக் கொடுத்துட்டவன் நீ. அது உனக்கே தெரியலையே.'

"சரி. கல்யாண விஷயமா என்ன பேசிட்டு வந்தே?"

"ஒரு வருஷம் ஆகட்டும்னு சொல்றார் விசுவநாதன். அதுக்குள்ள உனக்கும் பூரண ஆரோக்கியம் திரும்பிடும் இல்லையா?"

டாக்டர் உள்ளே நுழைந்தார்.

"வாங்க ராபர்ட். இப்பத்தான் வந்தீங்களா? நீங்க இல்லாம உங்க நண்பர் புழுவாத் துடிக்கறார்."

ராபர்ட் சிரித்தான்.

"நான் ஆரோக்யமா இருக்கேன்தானே டாக்டர்? இந்த மடையனுக்கு உங்க வாயால சொல்லுங்க. என்னை நினைச்சு அப்படி உருகுவான்."

"பாஸ்கருக்கு ஒரு குறையும் இல்லை ராபர்ட். ஹீ ஈஸ் ஆல் ரைட். என்னைக் கேட்டா ஊருக்குக்கூட போய்ட்டு வரலாம் அவர்."

"கேளுடா. நான் அடுத்த வாரமே வெண்பட்டு கிராமத்துக்குப் போய் யாமினியைப் பார்த்துட்டு வரப்போறேன். மெடிகல் லீவுதானே இருக்கேன். ரெஸ்டுக்காக வெளியூர் போகக்கூடாது? அனுமதி உண்டு ராணுவச் சட்டத்துல."

நர்ஸ் வந்து ஊசி போட்டாள்.

"நான் டாக்டர்கிட்ட உன் உடல் நிலையைப் பூரணமாக விசாரிச்சு, எனக்குத் திருப்திப்படணும் பாஸ்கர். வாங்க டாக்டர்."

"டேய் இருடா. இன்னும் நிறையப் பேசணும் எனக்கு."

"வந்துர்றேன் பாஸ்கர்."

டாக்டருடன் நடந்தான் ராபர்ட். அவரது அறைக்குள் நுழைந்து, எதிரே அமர்ந்து கொண்டான்.

"அவனுக்கு நேரே எதையும் சொல்ல முடியாது டாக்டர். நிஜமான நிலவரத்தை இப்ப எங்கிட்டே சொல்லுங்க."

"நான் பொய் சொல்லலை ராபர்ட்."

"அப்படீன்னா?"

"அவர் அறைல ஃப்ரேம் பண்ணி வச்சிருக்கற அந்தப் பெண் நிச்சயமா ஒரு தேவதைதான்."

"டாக்டர்."

"சிஸ்டர் ஸ்டெல்லா எல்லாம் எங்கிட்டச் சொன்னா, பாவம் நீங்க. அவருக்காக வரன் பேசத்தான் வெண்பட்டு கிராமத்துக்குப் போயிருக்கறதாகவும் சொன்னா."

"ஓ... உங்களுக்கும் எல்லாம் தெரிஞ்சாச்சா?"

"யெஸ். அந்தப் பெண் பேரு யாமினியா? எப்பவும் அவ ஜபம்தான். ரொம்ப ஆச்சர்யம். ஒரு புகைப்படம் மூலம் மனசுக்குள்ள நுழைஞ்சு, அவரோட ஒவ்வொரு அணுவிலேயும்

கலக்க ஒரு பெண்ணால முடிஞ்சிருக்கே. அந்தப் பெண்ணை நான் வணங்கறேன்.''

ராபர்ட் மூச்சுவிடத் திணறிக் கொண்டிருந்தான்.

''டாக்டர்! இந்த அளவுக்கு பாஸ்கர் ஆவான்னு நான்கூட எதிர்பார்க்கலை. கவலையா இருக்கு எனக்கு.''

''நோ நோ... என்ன கவலை? அந்தப் பெண் மேல இவர்கொண்ட காதல்தான் சீராக்கியிருக்கு. இதய நோயாளிக்கு ரத்த ஓட்டம் சீராயிட்டா எங்கே இருக்கு ஆபத்து? மனசுல பூக்கற சந்தோஷம்தான் ஆரோக்யத்தோட வேர். அதை எங்கோ இருந்துட்டு அந்தப் பெண் சாதிச்சிட்டா.''

ராபர்ட் பேசவில்லை.

''இவர் ஸ்பெஷல் பெர்மிஷன் வாங்கிட்டு வெண்பட்டு கிராமத்துக்குப் போகட்டும்.''

''நோ...!'' ராபர்ட் அலறிவிட்டான். அடுத்த நொடியே அவன் உடம்பு புயலில் சிக்கிய தந்திக் கம்பம்போல ஆடியது. வியர்வையில் உடம்பு நனைந்து விட்டது.

''ஏன் ராபர்ட்? என்னாச்சு உங்களுக்கு?''

ராபர்ட் சட்டென சுதாரித்துக்கொண்டு விட்டான். தண்ணீர் எடுத்துக் குடித்தான். வியர்வையை வழித்தெறிந்தான் விரல்களால்.

''நத்திங்... நத்திங்.''

''ப்ளீஸ்! என்ன பிரச்சனை ராபர்ட்?''

''இவன் இதய நோயாளி. விரும்பற பெண் நேருக்கு நேரா இருந்து இவன் உணர்ச்சிகள் எல்லை மீறிட்டா? டாக்டர் உங்களுக்கு இது ஏன் தோணலை?''

சிரித்தார் டாக்டர்.

''யாமினி உங்ககிட்ட தோத்துருவா போலிருக்கு. பாஸ்கருக்கு நல்ல காதலி. அற்புதமான தோழன். நீங்க நினைக்கற மாதிரி

நடக்காது. பாஸ்கர் படிச்சவர் எடுத்துச் சொன்னா புரிஞ்சுக்கற விவேகம் உள்ள இளைஞர். வெண்பட்டுக்குப் போய் அந்தப் பெண்ணை இவர் கல்யாணம்கூடச் செஞ்சுக்கலாம்.''

''டாக்டர்.''

''உடல்ரீதியான சேர்க்கையை மட்டும் கொஞ்ச காலம் தள்ளிப்போட்டா போதும். அந்தப் பெண்ணும் படிச்சவதான். சொன்னால் புரியும். இல்லைன்னா, கல்யாணம் முடிச்சிட்டு இவர் திரும்பி வந்துரட்டும். ஒரு வருஷம் கழிச்சு ஊருக்குப் போய் அவளைக் கூட்டிட்டு வரட்டும். அதுக்குள்ள இருவருக்கும் குணமாகும். எந்த விபரீதத்துக்கும் வாய்ப்பில்லை. எப்படி ராபர்ட் என் ஐடியா?''

ராபர்ட் ஏற்கனவே பாதி மரித்திருந்தான்.

டாக்டர் மேலும் மேலும் அம்புகளைத் தொடுத்துக்கொண்டே போனார்.

''என்ன பேசலை?''

''நீங்களே சொன்ன பின்னால, நான் இதுல சொல்ல என்ன இருக்கு டாக்டர்?''

''என்ன தயக்கம் உங்களுக்கு?''

''ஒரு வருஷ காலம் பாஸ்கர் இங்கிருந்து போக வேண்டாம்னு நான் நினைச்சேன். ஒரு வருஷம் கழிச்சுத்தான் மாப்ளை இனி வருவார்னு விசுவநாதனையும் புரிய வச்சாச்சு. யாமினிக்கும் அதுல சம்மதம்தான். அதை மாத்தணுமா டாக்டர்?''

டாக்டர் ஒரு சிகரெட்டை எடுத்துப் பற்ற வைத்துக்கொண்டார். மெல்லப் புகைவிட்டார்.

''சொல்லுங்க டாக்டர்.''

''பாஸ்கர் விபத்துல சிக்கி, மரணம்வரை, போனவன்னு யாமினி, விசுவநாதன் ரெண்டு பேருக்கும் தெரியுமில்லையா?''

ராபர்ட் பேசவில்லை.

"வெல். நடுவுல ஒரு வருஷகாலம் இருக்கு. அதுக்குள்ள ஏதாவதொரு திடீர் மாற்றம் ஏற்பட்டு, யாமினியை வேற ஒருத்தனுக்கு விசுவநாதன் கட்டிக் குடுத்துட்டா?"

"டாக்டர் அப்படி ஒண்ணு நடந்தா, அதை யாரால தடுக்க முடியும். அந்த யாமினியைத் தவிர வேற பெண்ணே இந்த பூமியில இல்லையா?"

"நீங்களும் நானும் இதை சுலபமாச் சொல்லலாம் ராபர்ட். இங்கதான் உங்க நண்பரை நீங்க சரியாப் புரிஞ்சுக்கலை. யாமினி தனக்கு இல்லைன்னு ஆயிட்டா, அந்த நிமிஷம் பாஸ்கரோட இதயத்துடிப்பு நின்னுபோகும். என்ன சொல்றீங்க?"

"டாக்டர்."

"எனக்கு மருத்துவம் மட்டுமில்லை. மனோதத்துவமும் தெரியும் ராபர்ட். இந்த ஒரு மாசத்துல அதை நான் கணிச்சிட்டேன். மருத்துவத்துக்கு இல்லாத சக்தி, மனைவியா வரப்போற அந்தப் பெண்ணுக்கு இருக்கு. பாஸ்கரோட வாழ்வுக்கு அவள்தான் காரணம். அவள் இல்லைன்னு ஆயிட்டா, பாஸ்கர் இல்லை. இதை நீங்க புரிஞ்சுக்குங்க."

டெலிபோன் ஒலித்தது. டாக்டர் எடுத்துப் பேசினார்.

"தோ வர்றேன். நாம அப்புறமா சந்திக்கலாம் ராபர்ட்."

டாக்டர் எழுந்து போய்விட்டார். ராபர்ட் நைந்துபோன நடையுடன் பாஸ்கர் இருந்த அறைக்குள் நுழைந்தான்.

பாஸ்கர் உறங்கிக் கொண்டிருந்தான். முகம் ஒரு குழந்தைபோல நிர்மலாக இருந்தது. சின்னதாகப் பிளந்திருந்த அந்த உதடுகளில் இளம் முறுவல் ஒன்று நிரந்தரமாக உறைந்திருந்தது.

'இந்தச் சிரிப்புக்கும் யாமினிதான் காரணமா?'

'அவள் தனக்கு இல்லையென்று தெரிந்தால், இவன் அதைத் தாளமாட்டானா?'

'கடவுளே! இது என்ன சோதனை?'

'யாமினியும் விசுவநாதனும் ஊர் மத்தியில் உடைந்து போகக்கூடாது என்றுதானே உருமாறி நின்றேன்.'

'அவர்களது மனசுதான் உடையும். இவனுக்கு உயிரே உருகிவிடுமா?'

'என்னால், என் நண்பன் மரிப்பதா?'

'ஓ... பாஸ்கர்! நீ உன் ஒவ்வொரு அணுக்களிலும் உற்சாகமாகச் சுமப்பது என் மனைவியை.'

'யாமினி எனக்கு... எனக்கு மட்டுமே சொந்தமானவள்.'

'தன் உடல், உள்ளம், உணர்ச்சிகள் சகலத்தையும் எனக்கு அர்ப்பணித்துவிட்ட பெண் யாமினி.'

'அவளை நீ எப்படி அடைய முடியும்?'

'உண்மையை இப்போதே என்னால் சொல்லிவிட முடியும்.'

'உடனே உன் உயிர் பிரிந்துவிட்டால், அந்தக் குற்ற உணர்ச்சியில் என் ஆயுள் முழுக்க நான் வெந்து சாம்பலாகிப் போவேனா?'

'நான் என்ன செய்வேன்?'

'நண்பனுக்காக வரன் பேசப் போய், நீயே அந்தப் பெண்ணை மனைவியாக்கிக் கொண்டது மாபெரும் சுயநலம்.'

'நீ ஏமாற்றுக்காரன். ஒரு பெண்ணை, அவள் வாழும் ஊரையே ஏமாற்றிய நயவஞ்சகன்.'

'உன் மேல் அசாத்திய நம்பிக்கைகொண்ட நல்ல ஒரு நண்பனை வஞ்சித்த துரோகி.'

'உண்மை தெரிந்தால், ஓர் உயிர் பிரியும்.'

'இரண்டு உயிர்கள் துடிக்கும்.'

'நீ செய்தது சரியா ராபர்ட்? சொல்.'

ராபர்ட் நெருப்பில் பட்ட புழுப்போலத் துவண்டான். அங்கு நிற்க முடியாமல் கதவை நெருங்க,

பாஸ்கர் விழித்துக்கொண்டான்.

"ராபர்ட்."

"ஆங்... மு... முழிச்சிட்டியா பாஸ்கர்?"

"ராபர்ட். இப்படி வந்து உட்காரு."

ராபர்ட் எந்திர கதியில் நடந்து அவனருகில் வந்து உட்கார்ந்து கொண்டான்.

"டாக்டர் என்ன சொன்னார் ராபர்ட்?"

"இங்கே சொன்னதைத்தான் அங்கேயும் சொன்னார்."

"நான் வெண்பட்டு கிராமத்துக்குப் போகட்டுமா ராபர்ட்?"

"பாஸ்கர், உன்னைவிட உன் மேல அதிக அக்கறை கொண்டவன் நான்னு நீ நம்பறியா?"

"என்னடா ராபர்ட். இப்படிக் கேக்கற?"

"சொல்லு. நம்பறியா?"

"அதுல என்னடா சந்தேகம்? உன்னைப் பெத்தவங்க என்னை மடில போட்டு வளர்க்கலையா? மதத்தால இந்துவா இருந்தாலும், மனசால மனுஷனா என்னை ஆக்கினது நம்ம அப்பா, அம்மா தானே?"

ராபர்ட் கண் கலங்கிவிட்டான். பாஸ்கரின் கைகளைப் பிடித்துக்கொண்டான்.

"நீ, நீண்டகாலம் வாழணும்னு நான் ஆசைப்படறேண்டா பாஸ்கர்."

"அசடு. ஏன் அழற? எனக்கு இப்ப என்னாச்சு?"

"எதுவும் ஆயிரக் கூடாதுடா. நீ வெண்பட்டுக்குப் போனா மனசு எல்லை மீறிப் பொங்கும். அது உன் இதயத்தை பாதிச்சிட்டா நான் என்னடா செய்வேன் பாஸ்கர்?"

பாஸ்கர் எழுந்து உட்கார்ந்தான்.

"நான் உனக்கு சத்தியம் பண்ணட்டுமா ராபர்ட்?"

"என்னான்னு?"

"நான் எந்த ஒரு கட்டத்திலும் உணர்ச்சிவசப்பட மாட்டேன். நிதானமா இருப்பேன்னு."

"பாஸ்கர்!"

"இங்கே நான் இத்தனை பேசறேனே. யாமினியைப் பார்த்துட்டா, நீர் பட்ட பாலா அடங்கிப் போயிருவேன் ராபர்ட். நானும் படிச்சவன். எனக்கும் எல்லாம் தெரியும் ராபர்ட். நீண்ட காலம் வாழணும்னு எனக்கு ஆசை இருக்காதா?"

"ம்."

"ஒண்ணு செய்யலாம். வெண்பட்டுக்குப் போயிட்டு கல்யாணம் முடிஞ்சிரட்டும். அவளை அங்கே விட்டுட்டு நான் மட்டும் திரும்பி வந்துர்றேன். என்ன ராபர்ட்?"

"சரிடா. உன்னைத் தனியா பயணம் செய்ய அனுமதிக்கலாமா?"

"டாக்டர் ஒப்புக்கறார்."

"ஆனா எனக்கு மனசு கேக்கலை பாஸ்கர்."

"நீ இதைச் சொல்லுவேன்னு எனக்குத் தெரியும் ராபர்ட். அதுக்கும் நான் யோசனை பண்ணி வந்தாச்சு."

"என்ன யோசனை?"

"நீ டாக்டர்கிட்ட ஒரு மெடிகல் சர்டிபிகேட் அப்புறமா வாங்கிக்குடு. நீ இன்னும் ட்யூட்டில ஜாயின் பண்ணலை.

நாளைக்குத்தானே பண்ணப்போறே. ஜாயின் பண்ணிட்டா லீவு எடுக்க முடியாது. உன் லீவையும் நீட்டிச்சா?''

''நான் எதுக்கு லீவை நீட்டிக்கணும் பாஸ்கர்?''

''காரணம் இருக்குடா. நீயும் என்னோட வெண்பட்டு கிராமத்துக்கு வரப்போறே.''

''பாஸ்கர்!''

''ஏற்கனவே நேர்ல அங்கே அறிமுகமானவன் நீ. அதனால என்கூடா வந்தா, எனக்கும் கூச்சமா இருக்காது. இது முதல் காரணம். ரெண்டாவது என்னைத் தனியா அனுப்ப உனக்கு மனசில்லை. நீயே துணைக்கு வந்துட்டா, உனக்கந்த கவலை இல்லை. மூணாவது காரணம் முக்கியம்.''

''.....''

''நீ ஒருத்தன் தான் எனக்கிந்த உலகத்துல பந்தம். நீ என்கூட இருந்துட்டா, நான் யாமினியை சந்தோஷமாக் கட்டிப்பேன். என் கல்யாணத்துக்கு நீ இல்லைங்கற குறையும் எனக்கில்லை. என்ன ராபர்ட்?''

ராபர்ட் தத்தளித்தான்.

''நமக்கு இங்குள்ள அதிகாரிகள் எல்லாம் ஒத்துழைப்பாங்க. டாக்டர் எப்படி சர்டிபிகேட் தரச் சொன்னாலும் தருவார். அப்புறம் என்னடா ராபர்ட்?''

''பாஸ்கர்!''

''இனி உன்பக்கம் எந்தக் காரணமும் இருக்க முடியாது. உன் மனக் கிலேசங்களையெல்லாம் நான் போக்கியாச்சு. அதனால ரெண்டு பேரும் புறப்படறோம். டாக்டர்கிட்ட சொல்லு இதை. நம்ம செக்ஷன் ஆபீசர் குல்கர்னியை என்னை வந்து பார்க்கச் சொல்லு.''

பாஸ்கர் கண்களை மூடிக்கொண்டான்.

ராபர்ட் கைகளைப் பிசைந்தான்.

'இனி இவனை எதிர்த்துப் பேச எந்தக் காரணமும் இல்லை. நான் இவனோடு போயே ஆகவேண்டும்.'

'வெண்பட்டு கிராமத்தில் தன் குட்டு உடையும் நேரம் என்ன விதமான எரிமலை வெடிக்கப் போகிறது?'

'நான் எப்படி இதை எதிர்கொள்ளப் போகிறேன்?'

துவண்டு போய் ராபர்ட் வெளியே வந்தான். அன்று இரவு முழுக்க எத்தனை யோசித்தும் அந்தப் பயணத்தை ரத்து செய்ய எந்தக் காரணமும் அவனுக்குக் கிடைக்கவில்லை.

அந்த வாரத்தின் கடைசியில் டிக்கெட்டுகளை பதிவு செய்துகொண்டு மஜூம்தார் வந்துவிட்டான்.

வெண்பட்டுக்கு பாஸ்கருடன் புறப்பட இன்னும் ஆறே நாட்கள்தான் இடையில்!

***

அத்தியாயம் 11

"ராபர்ட்!"

பாஸ்கர் அழைக்க, அருகில் வந்தான் ராபர்ட்.

"நாளைக்கு காலைல நாம புறப்படறோம்."

"ம்."

"ஏண்டா ஒரு மாதிரி சுரத்தே இல்லாம இருக்கே? டாக்டரே அனுமதி தந்தாச்சு. நீயும் எனக்குத் துணையா வரப்போறே. அப்படியுமா உன் சந்தேகம் தீரலை?"

ராபர்ட் பேசவில்லை.

"என் மனசு தெம்பா இருக்கு ராபர்ட். இப்ப நான் ரொம்ப சந்தோஷமா இருக்கேன்."

ராபர்ட் வேண்டிய துணிமணிகளை எடுத்து 'பேக்' செய்து கொண்டிருந்தான்.

"ராபர்ட்!"

"என்ன பாஸ்கர்?"

"உனக்கும் என் வயசுதான். உனக்கும் ஒரு கல்யாணம் நடக்கணும்டா!"

"ம்."

"நான் அப்பா, அம்மாகிட்டப் பேசறேன். நல்ல பெண்ணா அமைஞ்சா இந்த லீவுல உனக்கும் முடிச்சிரலாம்."

ராபர்ட் பேசவில்லை.

'இவனிடம் என்ன பேசி என்ன பயன்?'

'நீ உயிரையே வைத்திருக்கும் யாமினிதான் என் மனைவி என்று வெண்பட்டு கிராமத்தில் நுழைந்ததும் தெரிந்துவிடும். அதிர்ச்சியில அப்போதே உன் உயிர் போய்விடுமா?'

'உன்னைக் காப்பாற்ற வழியே இல்லையா?'

'குட்டு உடைந்ததும் யாமினியும், விசுவநாதனும் என்னை எப்படி எதிர்கொள்ளப் போகிறார்கள் என்பது பிறகு!'

'முதலில் நீ!'

'உன்னை எவ்விதம் நான் காப்பாற்றப் போகிறேன்?'

நாலைந்து நாட்களுக்கு முன்பு, மஜூம்தார் டிக்கெட்டுகளுடன் வந்து நின்ற அன்றே பரீட்சார்த்தமாக ஒரு முயற்சியில் ராபர்ட் இறங்கிப் பார்த்தான்.

"பாஸ்கர்!"

"சொல்லு ராபர்ட்."

"ஊருக்குப் போறோம் ரெண்டு பேரும். உடனடியா கல்யாணத்துக்கு விசுவநாதன் சம்மதிக்கலைனா?"

"வேண்டாம், முடிஞ்சா நடத்தலாம்னுதான் நான் சொல்வேன் அவ்ளோதான். ஒரு வருஷம் கழிச்சுன்னு அவர் சொல்லிட்டா எனக்கு ஆட்சேபனை இல்லை. நிச்சயதார்த்தம் பண்ணி வச்சிட்டு வந்துர்றது."

"அதில்லை பாஸ்கர்...!"

"பின்ன?"

''நான் வந்தது முதலே ஒரு விஷயம் சொல்லணும்னு நினைச்சேன்.''

''சொல்லேன்.''

''நீ படிச்சவன். ஒரு ராணுவ அதிகாரி. வட இந்தியால வாழறோம். அஃப்கோர்ஸ் ஜாதகப் பொருத்தம் பிரமாதமா இருக்குன்னு விசுவநாதன் அபிப்ராயப்படறார். எல்லாம் சரிதான். யாமினியைவிட படிச்ச, அழகான, உனக்கு ஈடுகொடுக்கும் வகையில நாகரீகமுள்ள ஒரு பெண்ணை வாழ்க்கைத் துணையா தேடக்கூடாதா?''

''ராபர்ட்! நீ என்ன சொல்ற?''

''யாமினி நல்ல பெண்தான். அந்த கிராமத்துப்பெண் உனக்குப் பொருந்துவாளான்னு எனக்கு ஏற்பட்ட சந்தேகத்தைச் சொன்னேன் பாஸ்கர். நீ தப்பா எடுத்துக்காதே.''

''நீ பேசி எதைடா நான் தப்பா எடுத்துக்கிட்டு இருக்கேன். இப்பவும் நான் சொல்றேன் ராபர்ட். என் மனசுல பதிஞ்சுபோன யாமினியை யாராலும் அழிக்க முடியாது. அந்த அளவுக்கு ஆழமா செதுக்கி வெச்சிட்டேன். இன்னொரு பெண் என் வாழ்க்கைல வரக்கூடாது. வரமுடியாது. யாமினி இல்லைன்னா. நானில்லை ராபர்ட்!''

சொல்லும்போதே கணிசமாக வியர்த்தது பாஸ்கருக்கு லேசாக மூச்சு வாங்கியது.

ராபர்ட் பதறிப்போனான்.

''பாஸ்கர்... என்னாச்சு உனக்கு?''

''ஒ... ஒண்ணுமில்லை. கொஞ்சம் உணர்ச்சிவசப்பட்டதன் விளைவு.''

படுத்துக்கொண்டான்.

''வார்த்தைகள்ல உணர்ச்சி வசப்பட்டாலே இப்படி ஆகுதே பாஸ்கர் உனக்கு. நாளைக்கு எதிர்ல அந்தப்பெண் இருந்து...!''

“கவலைப்படாதே ராபர்ட்! வேற விதமான தாக்குதல்களுக்கு நான் ஆளாகமாட்டேன். மனசை அடக்கத் தெரிஞ்சவன் நான்!”

அதற்கு மேல் ராபர்ட் பேசவில்லை.

“சரி. இனிமேல் இவனிடம் பேசி பலனில்லை. இதையெல்லாம் மீறிக்கொண்டு உண்மையை இங்கே சொல்ல நான் முற்பட்டால், அது இவனை பலமாக... மிகப்பலமாகப் பாதித்துவிடும்!”

‘நான் துரோகம் செய்துவிட்டதாகப் பரவும் அதிர்ச்சியில் இவன் உயிர் பிரிந்துவிடும்!’

‘சரி, வெண்பட்டு கிராமத்தில காலைப் பதித்ததும் அந்த நிஜம் வெளிப்படத்தானே போகிறது.’

‘வெளிப்படட்டும். அப்போது என்ன நடக்கிறதோ, நடக்கட்டும்!’

கலைந்தான் ராபர்ட்!

மஜூம்தார் தபாலை எடுத்துக்கொண்டு வந்தான்.

“பாஸ்கர் ஸாப்! உங்களுக்குத்தான் லெட்டர்!”

“நான் டாய்லெட் போயிட்டு வந்திர்றேன் ராபர்ட். அந்த லெட்டரை வாங்கி வை.”

மஜூம்தார் தந்த கடிதத்தை வாங்கி டீப்பாயின் மேல் போட்ட ராபர்ட், தற்செயலாக அந்தக் கடிதத்தின் விலாசப் பகுதியில் பார்வையை ஓடவிட்டான்.

பார்த்த கையெழுத்துபோலத் தோன்றியது.

கையில் எடுத்தான்.

திருப்பினான் கடிதத்தை.

தூக்கிவாரிப் போட்டது. ‘யாமினி’ என்று எழுதப்பட்டிருந்தது. அனுப்புவோரின் விலாசப்பகுதியில்.

'ஓ... யாமினி எனக்கு எழுதியிருக்கும் கடிதம்!'

'அவளைப் பொறுத்தவரை பாஸ்கர் நான்தானே?'

'அதனால் எனக்கு எழுதியிருக்கிறாள். தன் கணவனுக்கு மனைவி எழுதிய கடிதம். அந்த உணர்வுகள் இந்தக் கடிதம் முழுக்கப் பரவியிருக்கும். அய்யோ, இதை பாஸ்கர் படித்துவிட்டால், இப்போதே அவன் உயிர் பிரிந்துவிடும்.'

'கூடாது!'

'இதைக் கிழித்துவிட வேண்டாம்.'

'வேண்டாம் ராபர்ட்! நீயாக வலிய உண்மையைச் சொல்ல முடியாது. இந்தக் கடிதம் அந்தப் பணியைச் செய்யட்டும். எப்படியும் பாஸ்கர் ஒரு பெரிய அதிர்ச்சியை சந்தித்தே ஆகவேண்டும். அதை இங்கேயே இப்போதே சந்தித்து விடட்டும்! விட்டுவிடு! விளைவு? என்னவானாலும் பார்த்துக் கொள்ளலாம். டாக்டரும் அருகில் இருக்கிறார்.'

பாத்ரூமைவிட்டு வெளியில் வந்தான் பாஸ்கர்.

டவலால் முகத்தைத் துடைத்துவிட்டு, அதைக் கொடியில் போட்டான்.

"யார் லெட்டர் ராபர்ட்?"

"தெரியலை."

பாஸ்கரிடம் அதை நீட்டும்போது கை நடுங்கியது ராபர்ட்டுக்கு.

பாஸ்கர் வாங்கிக்கொண்ட சமயம், தொலைபேசி அழைத்தது. திரும்பவும் டீபாயின்மேல் கடிதத்தை வைத்த பாஸ்கர் ரிசீவரை எடுத்தான்.

இந்தியில் பேசினான். முடித்ததும் எழுந்தான்.

"குல்கர்னி என்னை வரச்சொல்றார். சில பேப்பர்கள்ல நான் கையெழுத்துப் போடணுமாம். தோ, ஜீப் வந்தாச்சு. நான் போயிட்டு வந்திடுறேன் ராபர்ட்!"

வாசலை நோக்கி நடந்தான்.

சட்டென திரும்பி நடந்து வந்து அந்தக் கடிதத்தை எடுத்துத் தன் சட்டைப் பையில் திணித்துக்கொண்டான்.

"நீ பேக்கிங் முடி ராபர்ட். நான் ஒரு மணி நேரத்துல வந்துர்றேன்." இறங்கிப் போய்விட்டான்.

'ஜீப்பில் அந்தக் கடிதத்தைப் படிப்பாய்!'

'ஒரு மணி நேரத்தில் திரும்புவாயா?'

'இல்லை, உயிரோடு உன்னை நான் பார்ப்பது இதுதான் கடைசி முறையா?'

'ஏன் இந்த மரணம் என்பதுகூட யாருக்கும் தெரியாமலே போய்விடுமா?'

'நீ இதய நோயாளி! திடீரென்று இறந்து போனாய் என்று முடிவு செய்துவிடுவார்கள்.'

'இது இயல்பான மரணமல்ல!'

'கொலை!'

'உன்னைக் கொன்றவன் நான் என்பது எனக்கு மட்டும்தானே தெரியும். உன் உடைமையை நான் பறித்துக் கொண்டதால் உயிர் பிரிந்தது என்பதை உலகம் எப்படி அறியும்?'

ராபர்ட் நிலைகொள்ளாமல் தவித்தான்.

பாஸ்கர் போய் ஒரு மணி நேரத்துக்கு மேல் ஆகிவிட்டது. இன்னும் திரும்பி வந்தபாடில்லை.

டெலிபோன் அழைத்தது.

மஜூம்தார் போய் எடுத்தான்.

"ராபர்ட் ஸாப், டாக்டர் லைன்ல இருக்கார்."

'ஓ... நான் நினைத்தது நடந்துவிட்டது. பாஸ்கர் திரும்பவும் அனுமதிக்கப்பட்டு விட்டான். அதைச் சொல்லத்தான் டாக்டர் அழைக்கிறார்.'

ராபர்ட் கை நடுங்க, ரிசீவரை வாங்கிக்கொண்டான்.

''என்ன டாக்டர்?''

''முக்கியமான மாத்திரை இருக்கு பாஸ்கருக்கு. அதை வந்து வாங்கிட்டுப் போங்க. பாஸ்கர் இருந்தா, பேசச் சொல்லுங்க.''

''இங்கே இல்லை டாக்டர்.''

''சரி. வந்த பின்னால எங்கிட்டப் பேசச் சொல்லுங்க.''

ரிசீவரை வைத்தான்.

''மஜூம்தார்!''

''ஸாப்!''

''பாஸ்கர், குல்கர்னியைப் பார்க்கப் போய் ஒண்ணரை மணி நேரம் ஆச்சு. ஏன் இன்னும் வரலை?''

''வேலையிருக்கும் ஸாப்!''

மேலும் அரைமணி நேரம் ஓடியது. ராபர்ட் உட்கார முடியாமல் தவித்தான். தன் டயரியில் பார்த்து குல்கர்னியின் எண்களைப் பிடித்தான்.

டயல் செய்தான்.

''குல்கர்னி ஸ்பீக்கிங்!''

''பாஸ்கர் போயிட்டானா சார்? நான் ராபர்ட் பேசறேன்!''

''பாஸ்கர் இங்கிருந்து போய் ஒரு மணி நேரம் ஆச்சே! ஏன் என்ன வேணும் ராபர்ட்?''

ராபர்ட் திடுக்கிட்டான்.

'டாக்டரும் இப்போதுதான் போன் செய்தார். அதனால் பாஸ்கர் அங்கும் வரவில்லை. குல்கர்னியைவிட்டு உடனே போய்விட்டான். எங்கு போயிருப்பான் பாஸ்கர்? கடிதத்தைப் படித்துவிட்டு மயங்கி விழுந்துவிட்டானா?'

'பாஸ்கர் எங்கே?'

ராபர்ட்டை ஒரு பதட்டம் தொற்றிக்கொள்ள, எழுந்தான்.

"மஜூம்தார்! பத்து நிமிஷத்துல ஒரு புல்லட் ஏற்பாடு பண்ணு! நான் வெளில போகணும்."

"சரி ஸாப்!"

ராபர்ட் நிலைகொள்ளாமல் அந்தக் கூடத்தைக் கால்களால் அளந்தான்.

இதயத்துடிப்பு கணிசமாகக் கூடிப்போயிருந்தது. வியர்வை ஆறாகப் பெருகியது.

'பாஸ்கர் நீ இதய நோயாளி!'

'ஆனால் எந்த நோயும் இல்லாத நான், அழுத்தம் தாளமுடியாமல் மாரடைப்பால் சாவேன்!'

'அதற்கு முன் நீ நிஜம் தெரிந்துகொண்டாக வேண்டும்!'

வாசலில் ஜீப் வந்து நிற்க,

கையில் பெரிய பொட்டலங்களோடு பாஸ்கர் கீழே இறங்கினான்.

சிரித்தபடி உள்ளே வந்தான்.

"ராபர்ட்! நான் வர லேட்டானாப்ப பயந்துட்டியா? வழில மஜூம்தார் பார்த்து விவரம் சொன்னான்."

"நீ எங்கே போயிருந்தே?"

"நம்ம சண்டோ சிங் காஷ்மீர் போயிருந்தான் ட்யூட்டில, அவன்கிட்ட சொல்லிவிட்டிருந்தேன். இதையெல்லாம் வாங்க."

"என்னது?"

"இது சால்வை, விசுவநாதனுக்கு."

ரத்தச்சிகப்பில் எம்ப்ராய்டரி வேலைப்பாடுகளுடன் கூடிய உயர்ந்த சால்வை.

"இதுதான் யாமினிக்கு."

ஒரு காஷ்மீர் சில்க் புடவை, ஸில்வர் கிரே நிறத்தில், விலை உயர்ந்ததாக இருந்தது.

"இது நம்ம அப்பா, அம்மாவுக்கு."

உடைகளை எடுத்துக் காண்பித்தான்.

"இது உனக்குடா ராபர்ட்!" சூட்டிங் துணியை எடுத்துக் காண்பித்தான்.

"எனக்கு எதுக்கு பாஸ்கர்?"

"முதல்ல எனக்கு நீதான் முக்கியம். அப்புறம்தான் அவங்கள்லாம் புரியுதா. இப்பவே தைக்கக் குடுத்துடு."

'பாவம்! எத்தனை உற்சாகம் இவனுக்கு!'

'ஆங்... அந்தக் கடிதம் என்னவாயிற்று? அதை இன்னமும் இவன் படிக்கவில்லை. படித்திருந்தால் இத்தனை சந்தோஷமாக இருக்க முடியாது!'

"யாரு லெட்டர் பாஸ்கர் அது?"

"எந்த லெட்டர்?"

"உன் பேர் போட்டு ஒரு லெட்டர் வந்துதேடா... இன்லண்ட்?"

"அடடா! அதை நான் மறந்துட்டேன் பார்த்தியா? பாக்கெட்லதானே இருக்கு."

கையை விட்டான்.

"எங்கே போச்சுடா ராபர்ட்? அதைத் காணலையே?"

"கர்ச்சீஃப் இதுலதானே வச்சேன். அதை உருவும்போது லெட்டர் கீழே விழுந்துபோச்சா?"

"நல்லாப் பாரு."

"பாக்க என்ன இருக்கு? உருவிக் கீழே விழுந்திருக்கு. யார் லெட்டர்னு தெரியலையே!"

"உனக்கு லெட்டர் போட யார் இருக்கா? விசுவநாதனோ, யாமினியோதான்!"

'தடக்'கென நின்றான் பாஸ்கர்.

"ஆமாம் ராபர்ட்! இது ஏன் எனக்குத் தோணலை? நிச்சயமா அவங்க யாரோ எழுதின லெட்டர்தான். அய்யோ, தவறவிட்டுட்டேனே!"

"மஜூம்தாரை விட்டுத் தேடச் சொல்லலாமா?"

"விடு ராபர்ட்! நேர்ல ரெண்டு நாள்ல போய் நிற்கப் போறோம். அதனால லெட்டர் தொலைஞ்சதைப் பத்திக் கவலைப்பட வேண்டாம். நீ பேக் பண்ணிட்டியா?"

"ஆச்சு."

"எனக்குக் களைப்பா இருக்கு ராபர்ட். நான் படுக்கறேன்" பாஸ்கர் உள்ளே போய்விட்டான்.

'கடவுளே! இவனுக்கு உடனே மரணத்தைத் தரக்கூடாது என்று தீர்மானித்து விட்டாயா?'

'அதனால்தான் அந்தக் கடிதத்தைத் தொலைத்து விட்டாயா?'

'வெண்பட்டு கிராமத்தில் போய்த்தான் இவன் அதிர்ச்சிகளைச் சந்திக்க வேண்டுமா?'

அதற்கு மேல் ராபர்ட் ஒரு மாதிரி எந்திரமயமாகி விட்டான்.

டாக்டரிடம் போய் மருந்துகளை வாங்கிக்கொண்டான்.

"டாக்டர்!"

"என்ன ராபர்ட்?"

"தப்பா எடுத்துக்க வேண்டாம். எச்சரிக்கை நிமித்தம் கேக்கறேன். அங்கே போனதும் திடீர்னு மார்வலியோ, ஓர் அதிர்வோ இவனுக்கு உண்டானா, உடனடியா நான் என்ன செய்யணும்?"

"அதெல்லாம் அங்கே போய் உங்களுக்கு ஏற்பட்டாத்தான் உண்டு."

"டாக்டர்!"

"யெஸ். உங்களைவிட பாஸ்கர் ஆரோக்கியமா இருக்கார். எந்தப் பிரச்சனையும் வராது. தைரியமாப் போயிட்டு வாங்க."

'டாக்டருக்குப் புரியவில்லை என் கஷ்டம்! ஜோக் அடிக்கிறார் பேசிப் பயனில்லை!'

வீடு திரும்பிவிட்டான்.

"நான் குல்கர்னியை விசாரிச்சேன் ராபர்ட்!" இரவில் சப்பாத்தி சாப்பிடும்போது தொடங்கினான் பாஸ்கர்.

"என்ன?"

"வீட்டுக்கு நான் ஏற்பாடு பண்றேன்னு சொல்றார். யாமினியை இங்கே கூட்டிட்டு வர்றதால எந்தக் கஷ்டமும் இல்லை. வேணும்னா விசுவநாதனும் வந்துரட்டும். மகளைப் பிரிஞ்சு எப்படி இருப்பார் பாவம்!"

"குல்கர்னிகிட்ட கல்யாண மேட்டரை சொல்லிட்டியா?"

"இருக்கட்டும்னு சொல்லி வச்சேன். அவர் நமக்கு சாதகமா இருக்கார். அதனால கணவனைப் பிரிஞ்சு யாமினி இருக்க வேண்டிய அவசியம் இல்லை."

ராபர்ட் திரும்பி நின்றுகொண்டான்.

"தெய்வமே! எத்தனை எதிர்பார்ப்புகள் இவனுக்கு. எந்த அதிர்வையும் தாங்கும் சக்தியை இவனுக்கு நீ தரக்கூடாதா?"

'என்னைத் துரோகி என்று இவன் வெறுக்கட்டும்!'

'பாதகமில்லை!'

'இனி ஆயுள் முழுக்க என் முகத்தில் விழிக்காமல் விலகிப் போகட்டும். தப்பில்லை!'

'ஆனால் இவன் உயிரோடு இருக்கவேண்டும்.'

'இவன் பிரிவை என்னால் தாங்கிக்கொள்ள முடியாது.'

இரவு முழுக்க உறங்காமல் ராபர்ட் புழுப்போலத் துடித்துக் கொண்டிருந்தான்.

விடிந்ததும் இருவரும் புறப்பட்டு விட்டார்கள்.

இரண்டு இரவுகள் இரயிலில் பயணம் செய்து தமிழ்நாட்டு எல்லையை அடைய நிறைய அவகாசம் உண்டு.

இரயிலில் சொன்னான் பாஸ்கர்.

"ராபர்ட் தேசத்துக்காக சேவை செய்யற பெருமை ஒரு பக்கம் இருந்தாலும், தமிழ் மண்ணைவிட்டு எப்பவும் பிரிஞ்சு இருக்கறதை நினைச்சா, வேதனையாக இருக்குடா! ராஜினாமா பண்ணிட்டு, விவசாயம் பார்க்கலாமானுகூட இருக்கு. நீ என்ன சொல்ற?"

ராபர்ட் பதில் பேசவில்லை.

"முன்னைய மாதிரி நீ சிரிக்கறதில்லை ராபர்ட். ரொம்ப சீரியஸா மாறிட்டே."

"ஏன்?"

"இல்லையே பாஸ்கர்! நான் எப்பவும் போலத்தான் இருக்கேன்."

"இருந்தா சந்தோஷம்!"

சென்னை வந்து, கோவை எக்ஸ்பிரஸ் பிடித்து, கோவையில் இறங்கி அங்கிருந்து பஸ் நிலையம் வந்தார்கள்.

"இங்கிருந்து வெண்பட்டுக்கு பஸ்ல போகணும். ரோடெல்லாம் ரொம்ப சுமாரா இருக்கும். டாக்ஸி வச்சிட்டுப் போயிரலாமா பாஸ்கர், பஸ் அளவுக்கு குலுங்காது."

"சரி செய்! போய்ச் சேர எத்தனை நேரமாகும் ராபர்ட்?"

"ரெண்டு மணி நேரம்!"

"கொஞ்சம் இரு. வந்துர்றேன்."

சாலை கடந்துபோன பாஸ்கர். ஒரு பந்து ஜாதிமல்லி, இனிப்பு வகைகள், பழங்கள் என வாங்கி சேர்த்துக்கொண்டான்.

தூக்கமாட்டாமல் தூக்கிக்கொண்டு வந்தான்.

ராபர்ட் அதற்குள் ஒரு வாடகை வண்டியைப் பேசிவிட, கொண்டு வந்த பொருட்களை டிக்கியில் திணித்துவிட்டு, பாஸ்கர் வாங்கிய பூ, காருக்குள் வைத்தார்கள்.

"போலாமா சார்?"

"ம்!"

டாக்ஸி ஓடத் தொடங்கியது. பாஸ்கர் முகமெல்லாம் சிரிப்பாக, வெளியே வேடிக்கை பார்த்துக்கொண்டு வர, ராபர்ட் முள்ளின் மேல் இருந்தான்.

அடிவயிற்றில் அமிலம் சுரந்தது.

வெண்பட்டு கிராமத்துக்குள் டாக்ஸி நுழைய, ஆலயம் தெரிந்தது.

'கடவுளே பாஸ்கரைக் காப்பாத்து!'

"எங்கே சார்?"

விசுவநாதன் வீட்டுக்கு வழி சொன்னான் ராபர்ட். பாஸ்கர் உற்சாகமாக வெளியே பார்த்துக்கொண்டே வந்தான்.

கிராமத்து மக்களில் பலர் அந்த டாக்ஸியைக் குழப்பத்துடன் பார்க்க, விசுவநாதன் இருந்த தெருவுக்குள் அந்த வண்டி நுழைந்தது.

அவர் வீட்டின் முன்னால் நின்றது.

கதவைத் திறந்துகொண்டு முதலில் பாஸ்கரும், பின்னால் ராபர்ட்டும் இறங்கினார்கள்.

விசுவநாதன் வெளியே வந்தார்.

"மாப்ளை சார் வந்தாச்சும்மா."

யாமினி குபீரென மலர்ந்தபடி வெளியே ஓடி வந்தாள் அவசரமாக.

பாஸ்கரின் முகத்தை கலவரத்துடன் பார்த்தான் ராபர்ட்.

'இனி அடுத்த வார்த்தையில் உண்மை வெளியே வரப்போகிறது. தாங்கிக்கொள்வாயா பாஸ்கர்?'

ராபர்ட்டுக்கு நிற்க முடியாமல் கண்களை இருட்டிக்கொண்டு வந்தது.

***

அத்தியாயம் 12

ராபர்ட் சுதாரித்துக் கொண்டான்.

நிமிர்ந்து விசுவநாதனைப் பார்த்தான். 'இனி நிஜத்தை நானே சொல்லிவிட வேண்டும்.'

'அவர்கள் சில வார்த்தைகளைப் பேசி, அதன் பிறகு எல்லா ஏமாற்றத்திற்கும் நான்தான் காரணம் என்று ஊர்கூடி எனக்கு நேரே விரலை நீட்டுவதற்கு முன்னால், நான் பேசிவிட வேண்டும்.'

''என்ன இது திடீர்னு? ஒரு தகவல்கூட சொல்லாம நண்பரோட வந்து நிக்கறீங்க?''

விசுவநாதன் பொதுப்படையாகப் பேச,

''அப்பா, ரெண்டு பேரையும் உள்ளே கூப்பிடுங்க!''

''வாங்க மாப்ளை! நீங்களும் வாங்க சார்.''

இருவரும் உள்ளே நுழைந்தார்கள்.

''மாமா! நான் பேசணும். உங்ககூட நிறையப் பேசணும். அதனாலதான் இந்தத் திடீர்ப் பயணம்.''

ராபர்ட் தொடங்கினான்.

''நீ என்ன வேணும்னா பேசு. அதுக்கு முன்னால என்னை அவருக்கு அறிமுகப்படுத்து.''

பாஸ்கர் சொல்ல,

ராபர்ட் வாய் திறந்தான்.

"வேண்டாம். நீ என்ன என்னை அறிமுகப்படுத்தறது? நானே அறிமுகப்படுத்திக்கறேன்."

விசுவநாதன் பக்கத்தில் வந்தான் பாஸ்கர்.

"அங்கிள்! ஐ'யாம் ராபர்ட்."

அதைக் கேட்ட நொடியில் ராபர்ட் மூச்சுவிட மறந்தான்.

"இந்த படவா பாஸ்கர் என்னை விட்டுட்டுக் கல்யாணம் செஞ்சிட்டு வந்திட்டான். நான் விடுவேனா? என் உயிர் நண்பனோட மனைவியை நான் பார்க்க வேண்டாமா? அதான் அவனோட லீவை எக்ஸ்டன்ட் பண்ண வச்சு, இங்கே கூட்டிட்டு வந்துட்டேன்."

"யாமினி! நான்தான் ராபர்ட்."

"நீங்க அதைச் சொல்ல வேண்டாம். எனக்கு முன்னால சிலுவை ரூபத்துல என் கணவர் நெஞ்சுல இடம் பிடிச்சவர் ஆச்சே. உங்க பேர்ல பத்திரிகைல எழுதறார். அவர்ல நீங்க பாதியாச்சே. அறிமுகம் அவசியம்தானா?"

"மாப்ளை சார்! தம்பி உங்களைவிட கலகலப்பாய் பழகுது. தம்பி உங்கப்பா, அம்மாதான் வந்து அழகாக் கல்யாணத்தை நடத்தித் தந்தாங்க. நீங்கள்லாம் கிடைக்க நான் குடுத்து வச்சிருக்கேன்."

ராபர்ட் இந்த உலகத்திலேயே இல்லை.

'பாஸ்கருக்கு எல்லாம் தெரிந்திருக்கிறது.'

'நான் யாமினியை மணந்த விஷயம்கூடத் தெரிந்துவிட்டது.'

'எல்லாம் எப்போது, எங்கே தெரிந்துகொண்ட பாஸ்கர்?'

'நீ ஆசைப்பட்ட யாமினி உனக்குக் கிடைக்கவில்லை என்று தெரிந்து, அதைத் தாங்கிக் கொண்டாயா?'

'எல்லாவற்றுக்கும் மேலாக, என் பொய்யை நீ தொடர்கிறாயா?'

'ஏன்? ஏன் பாஸ்கர்?'

'நான் உனக்குச் செய்தது துரோகம்.'

'ஆனால், இத்தனை மோசமாக நீ என்னைத் தண்டித்திருக்க வேண்டாம்.'

'உன் உயரம் காண என் கண் கூசுகிறது.'

"மாப்ளை சாரும், ராபர்ட் தம்பியும் ஓய்வெடுக்கட்டும். நீ போய் பாயாசம், வடையோட சமையல் பண்ணும்மா. நான் நாட்டாமைக்குச் சொல்லிட்டு வர்றேன்."

விசுவநாதனுக்குக் கையும், காலும் ஓடவில்லை.

வெளியே பாய்ந்தார்.

யாமினி இருவரையும் உள்ளே அனுப்பிவிட்டு சமையல் கட்டுக்குள் போனாள்.

"பாஸ்கர், என்னடா இது?"

பாய்ந்து வந்த ராபர்ட் அவன் கையைப் பிடித்துக்கொண்டான்.

"ஷ்...! இங்கே எதுவும் பேசாதே. சாயங்காலம் வெளில, தனிமைல பேசிக்கலாம். நீ வழக்கம்போல் பாஸ்கராவே இரு!"

"உன்னால... எ... என்னை மன்னிக்க முடியுமா பாஸ்கர்?"

"ம்! இது நம்ம இடம் இல்லை. நீ திரும்பவும் வந்த சந்தோஷத்துல உன் மனைவி இருக்கா. நான் இங்கே இருக்கேன். நீ அவளைப் போய் கவனி! போடா!"

ராபர்ட் நிலைகுலைந்து போயிருந்தான்.

'எத்தனை சாதாரணமாகப் பேசுகிறான் இவன்?'

ராபர்ட் சமையல் கட்டுக்குள் நுழைந்தான். ஓசைப்படாமல் பின்னால் வந்து, யாமினியின் இடுப்பை வளைத்தான்.

சட்டெனத் திரும்பினாள்.

"ஏண்டா, கோவமா?"

"ஷ்... உங்க நண்பரும் இந்த வீட்ல இருக்கார்."

"அவன் கண்டுக்கமாட்டான்."

"ம்ஹூம் அதெல்லாம் தப்பு. ராத்திரி பேசிக்கலாம் போங்க! போய் அவரைக் கவனிங்க."

ராபர்ட் அவள் கன்னத்தைக் கிள்ளிவிட்டு உள் அறைக்குள் வந்தான்.

பாஸ்கர் கண்மூடிக் கிடந்தான்.

சற்று நேரத்தில் இரண்டு பேரும் குளித்தார்கள்.

நாட்டாமை வந்தார்.

"இவர்தான் ராபர்ட் தம்பி."

"வணக்கம் தம்பி! நீங்கதான் மாப்ளை சாரை இழுத்துட்டு வந்தீங்களாம். நல்லாருங்க. ஒரு மாசம் லீவு இருக்கா?"

"ம்... இருக்கு. அவன் ஒரு மாசம் இங்கேதான் இருப்பான். நான் நாலுநாள் இருந்துட்டு, அப்பா அம்மாவைப் பார்க்கப் போயிடுவேன்."

சாப்பிட உட்கார்ந்தார்கள்.

ராபர்ட்டால் சரியாகச் சாப்பிடக்கூட முடியவில்லை.

"ஏன் மாப்ளை சார் என்னவோபோல இருக்கார்?"

"அவனுக்கு கடுமையான ஜலதோஷம் யாமினியைப் பார்த்த சந்தோஷத்துல பேச்சே வரலை." பாஸ்கர் அழகாகச் சமாளித்தான்.

மாலை நாலு மணிக்கு பாஸ்கரும், ராபர்ட்டும் வெளியே புறப்பட்டார்கள். கோயிலில் கூட்டம் இல்லை. இருவரும் தனிமையான ஓர் இடம் தேடி அமர்ந்தார்கள்.

ராபர்ட் அவசரப்பட்டான்.

"சொல்லு பாஸ்கர்!"

"இரு, சொல்ல வேண்டிய ஆள்வரட்டும்."

"யாரு?"

"அதோ வந்தாச்சு."

ராபர்ட் திரும்பிப் பார்க்க, யாமினி வந்து கொண்டிருந்தாள்.

"யா... யாமினியா?"

ராபர்ட்டை மின்சாரம் தாக்கியது எழுந்துவிட்டான்.

"உட்காருடா! வாம்மா யாமினி!"

யாமினி சற்றுத் தள்ளி உட்கார்ந்துக் கொண்டாள்.

"அந்த லெட்டரைக் குடும்மா!"

யாமினி லெட்டரை எடுத்து ராபர்ட்டிடம் நீட்டினாள்.

"லெட்டர்?"

"ம்... நீங்க புறப்பட்டுப் போனதும், உங்க நண்பர் ராபர்ட், கேர் ஆஃப் விசுவநாதன்னு போட்டு எழுதிய ரெண்டாவது லெட்டர், என் கையில் கிடைச்சது."

"படிடா!"

ராபர்ட் கை நடுங்க அதை பிரித்தான்.

அன்புள்ள ராபர்ட்!

என் முதல் கடிதத்துக்கும் நீ பதில் போடவில்லை. இது இரண்டாவது கடிதம். யாமினியை நீ பார்த்தாயா? விசுவநாதனிடம் நான் விபத்தில் சிக்கி, இதய நோயாளியா ஆகிவிட்டதைச் சொன்னாயா? ராபர்ட்! முதலில் நானும் ஓர் உணர்ச்சிவசப்பட்ட நிலையில்தான் உன்னை அனுப்பினேன். ஆனால் ஆழ்ந்து யோசிக்க,

பயம் தட்டுகிறது. நான் வேகமாகக் குணமாகி வருவதாக டாக்டர் சொல்கிறார். சந்தோஷம். ஆனால் ஓர் இதய நோயாளிக்கு நித்திய கண்டம்தான். என்னை மணந்துகொண்ட பிறகு, உணர்ச்சிவசப்பட்ட நிலையில் நான் உயிர் துறந்தால், அந்த யாமினியின் வாழ்வு என்னவாகும்? ஏறத்தாழ ஒரு மாதமாக இதை நான் யோசித்துக் கொண்டிருக்கிறேன்.

இப்போதும் சொல்கிறேன். அந்தப் பெண்ணின் மேல் ஆழமான காதல் எனக்குண்டு. நான் குணமாகி வர அவள்தான் காரணம். ஆனால், அந்த மலர் என்னால் வாடக்கூடாது. அதனால் மேற்படி விஷயங்களை எடுத்துக்கூறி, அவளுக்கும் எனக்கும் திருமணம் நடக்க வேண்டாம் என்று நீ சொல்லிவிடு!

இது தோல்விதான் எனக்கு. ஆனால், என்னால் ஒரு பெண் பாழாகவில்லை என்று எண்ணும் போதுதான் நான் நிஜமான மனிதனாக என்னை உணர்கிறேன். யாமினிக்கும், விசுவநாதனுக்கும் என் அன்பைத் தெரிவித்து விடு!

பாஸ்கர்!

ராபர்ட் கடிதத்தை மூடிவிட்டுக் குழப்பத்துடன் யாமினியைப் பார்த்தான்.

யாமினி பேசத் தொடங்கினாள் மெல்லிய குரலில்!

“முதல்ல என்னால அதிர்ச்சியைத் தாங்கமுடியலை. நான் ஏமாந்துட்டேன்னுகூட நினைச்சேன். ஆனா, அப்பாகிட்ட இதைச் சொல்ல தைரியமும் எனக்கு வரலை. நான் தவிச்சேன். ஏன் ஒரு பெண்ணை நீங்க பொய் சொல்லி ஏமாத்தணும்னு துடிச்சேன். தோழி ஒருத்தி கல்யாணம் வெளியூர்ல இருந்தது. மறுநாளே அப்பாகிட்ட அனுமதி வாங்கி, அங்கே போகாம நேரா உங்கப்பா வீட்டுக்குப் போனேன்.

என்னைப் பார்த்ததும், உங்கப்பா, அம்மா சந்தோஷப்பட்டாங்க.

இந்த லெட்டரைக் காண்பிச்சு, பொரிஞ்சு தள்ளினேன். குறுக்கே பேசாம, கோபப்படாம, என் வசவு அத்தனையும் வாங்கிக் கட்டிக்கிட்டாங்க ரெண்டு பேரும்."

"இனிமே நாங்க பேசலாமா யாமினி?"

"என்ன பேசப்போறீங்க?"

விக்டர் சகலமும் சொன்னார். ஒன்றுவிடாமல் சொல்லிவிட்டு மூச்சு வாங்கினார்.

"இப்ப சொல்லும்மா. புகைப்படம் மாறினதுக்கு ராபர்ட் நிச்சயமா காரணமில்லை. பேச வந்த அவனை உங்கப்பா பேசவிடலை. உன் மனசுல அவன் சிம்மாசனம் போட்டு உட்கார்ந்தாச்சு. ஊர் முழுக்க உங்கப்பா மணியடிச்சாச்சு. அவன் ஏமாற்ற நினைக்கலைம்மா. நிஜத்தை உடைச்சிருந்தா, உங்கப்பா அசிங்கப்பட்டிருப்பார். நீ ஏமாற்றம் அடைஞ்சிருப்பே. நீ இந்துப்பொண்ணு. பத்துப் பொருத்தம் பார்த்த உங்கப்பாவுக்கு, ஒரு கிறிஸ்தவ இளைஞன் மாப்பிள்ளையானது மகாதுரதிர்ஷ்டம்தான். உணர்வுகளை மட்டுமே மனசுல வச்சிட்டு, இந்தப் பிரச்சனையை நாங்களும் எங்க பிள்ளையும் அணுகினோம். இனிமே, நீயும், உன் அப்பாவும் சட்டப்படி எந்த நடவடிக்கை எடுத்தாலும் கட்டுப்பட நாங்க தயார்."

"நான் யோசிக்கத் தொடங்கினேன். எனக்கு அவங்க பேசினது எதுவுமே தப்பாப்படலை. இது நிச்சயமா தெய்வ சங்கல்பம். அதுதான் யார் நினைச்சும் தடுக்க முடிலை. எது குறுக்கிட்டும் எங்கப்பாவும் நம்பலை. நான் புறப்பட்டு வந்துட்டேன்."

"அப்பாகிட்ட நீ சொல்ல நினைக்கலையா?"

"இல்லை. அப்பா உங்க மேல உயிரையே வச்சிருக்கார். அதேநேரம் சில அடிப்படை குணங்களை அவரால

மாற்றியமைக்கவும் முடியாது. இந்த நிலைல உண்மை அவர் உயிருக்கே உலை வச்சிடும்னு பயந்தேன். ஆனா, பாஸ்கருக்கு இந்த நிஜம் தெரியணும்னு விரும்பினேன். எழுதவும் பயம். அவரும் இதய நோயாளி. ஆனா, அவர்கிட்ட கண்டிப்பா நிஜத்தை நீங்க சொல்லப் போறதில்லை. எப்ப என்னை மணக்க வேண்டாம்னு பாஸ்கர் முடிவு செஞ்சிட்டாரோ, அப்பவே நம்ம இணைப்பை அவரால வாழ்த்த முடியும்னு நம்பினேன். கடிதம் எழுதினேன் அவருக்கு.''

ராபர்ட் பாஸ்கரைத் திரும்பிப் பார்த்தான்.

''அந்த லெட்டரா பாஸ்கர்?''

''ஆமாம். அது தொலையலை. நான் குல்கர்னி வீட்டுக்குப் போற வழில அதைப் படிச்சிட்டேன். இதோ அந்த லெட்டர்.''

பிரித்தான் ராபர்ட்.

'அன்பு நண்பர் பாஸ்கருக்கு,

உங்கள் கடிதம் கண்டேன். மனம் நெகிழ்ந்தேன். புகைப்படம் மாறி வந்ததால இங்கே பல தவறுகள் நிகழ்ந்துவிட்டன. ராபர்ட்டை நீங்கள் என நினைத்து நாங்கள் வரவேற்க, அவர் தவிக்க, என் தகப்பனார் அளவுக்கு மீறிய சந்தோஷத்தால் அவரைப் பேசவிடவில்லை. ராபர்ட், என் கணவராகிவிட்டார். தவறு அவருடையதல்ல. உங்களுக்கு ஒரு நாளும் அவர் துரோகம் நினைக்கவில்லை. என் வாழ்வு பாழாகக்கூடாது என்று பயந்து நீங்கள் பேசிட்டீர்கள். எங்கள் கௌரவம் பாழாகக்கூடாது என்று பயந்து ராபர்ட் பேசவே இல்லை. எங்களுக்கு உங்கள் வாழ்த்து தேவை. என் அப்பாவுக்கு இதுவரை நான் நிஜத்தை தெரிவிக்கவே இல்லை. மன்னித்து விடுங்கள் யாமினி.'

ராபர்ட் பேச முடியாமல் பாஸ்கரைப் பார்த்தான்.

"பாஸ்கர், நாம புறப்பட்ட முதல் நாளைக்குத்தானே இந்தக் கடிதம் வந்திருக்கு. ஆனா என்னையும் கூட்டிட்டு வெண்பட்டுக்கு வர துடிச்சது ஏன்?"

"யாமினி லெட்டர் வர்றதுக்கு முன்னால நீ பஞ்சாப் வந்து சேரும் முன்னால... அப்பா அம்மா எல்லா விவரங்களையும் எனக்கு எழுதியாச்சுடா ராபர்ட்."

"பாஸ்கர்...!"

"படவா! வந்தது முதல் நீ புழுவாத் துடிச்சதையும், என்னைப் போகவிடாம தடுத்ததையும் ஒரு வாரமா நான் ரசிச்சேன்."

"அடப்பாவி!"

"என்கிட்ட தாளமுடியாம நீயே நிஜம் பேசுவேன்னு நான் நினைச்சேன். நீ பேசவே இல்லை."

"நீ எழுதின கடுதாசியை நான் பார்க்கலையே பாஸ்கர்!"

"சரி. விடு. எல்லா உண்மைகளும் நம்ம மூணு பேருக்கும் தெரிஞ்சாச்சு. இனி பிரச்னையில்லை."

"யாமினியோட அப்பாவுக்கு எத்தனை நாளைக்கு இந்த நிஜத்தை மறைக்க முடியும் பாஸ்கர்?"

"ஆயுள் முழுக்க."

"பாஸ்கர், என்ன சொல்ற நீ?"

"ஆமாம். அவர் தெரிஞ்சுக்கிட்டு என்ன ஆகணும் இப்ப? வயசானவர். அந்த அதிர்ச்சியைத் தாங்க முடியலைன்னா? என்ன சொல்றே யாமினி?"

"ஆமாம் பாஸ்கர்! எனக்கும், உங்களைப்போல அந்தப் பயம் உண்டு. ஜாதகமே அத்தனை அற்புதமா பொருந்தினாத்தான் மகளைக் கட்டிக் குடுப்பேன்னு ஒத்தைக் கால்ல நின்னவர். ஒரு கிறிஸ்தவன் தன் மாப்பிள்ளைன்னா தாங்குவாரா?"

"சிலுவையை, கிறிஸ்தவ அப்பா, அம்மாவை சகிச்சுக்கிட்டவர், இந்த கிராமமே முகம் சுளிச்சப்பக்கூட மணவறைல வச்சு பாதபூஜை நடத்தினவர், இதை ஒப்புக்கமாட்டாரா?"

"அதெல்லாம் உங்கமேல் உள்ள அன்பின் வெளிப்பாடு. எடுத்த எடுப்புல சொல்ல வேண்டாம். பக்குவமா அவரைப் பதப்படுத்த நான் முயற்சி செய்யறேன்."

நன்றாக இருட்டிவிட்டது.

"போகலாமா?" யாமினி எழுந்தாள்.

"யாமினி, என்மேல உனக்குக் கோபமில்லையே?"

"பதிலை இப்பச் சொல்லாதேம்மா. ராத்திரி தனியறைல வச்சுச் சொல்லு. பயலை உண்டு, இல்லைன்னு பண்ணு. காலைல கதவைத் திறந்திட்டு இவன் வெளியே வந்துடுவானான்னு பாக்கறேன் நான்."

சிரிப்புடன் பாஸ்கரைப் பார்த்தான் ராபர்ட்.

"யாமினி, எனக்கு பாஸ்கரும் வேணும், நீயும் வேணும். ஒரு கட்டத்துல ரெண்டு பேரையும் இழந்துருவேனோன்னு பயந்தேன் நான். தெய்வம் என்னைத் தண்டிக்கலை."

"சரி ராபர்ட். இந்த வெண்பட்டு கிராமம், யாமினியோட அப்பா, இவங்களை பொறுத்தவரைக்கும் நீ பாஸ்கர். நான் ராபர்ட் புரியுதா?"

"சரி பாஸ்கர்."

மூவரும் வீடு திரும்பினார்கள்.

"என்னம்மா? ராத்திரி பட்டினியா?"

"யாருக்கு மாமா? எனக்கா?"

"போங்க மாப்ளை. உங்களுக்குத்தான் விருந்து பக்கத்துல இருக்கே. நான் எங்களைச் சொன்னேன்."

"ராபர்ட்டுக்கு எப்பன்னு தெரியலை. உங்களுக்கு இந்த வயசுக்கு மேல விருந்து வேணுமா மாமா?"

"போங்க மாப்ளை!"

"மாமாவுக்கு வெட்கத்தைப் பாரு! சாப்பாடு ரெடி பண்ணு யாமினி."

"எல்லாம் ரெடியா இருக்கு. சாப்பிட வாங்க!"

யாமினி உட்கார வைத்து பரிமாறினாள். மூன்று பேருக்கும். "மிலிடிரியில இருந்துட்டு நாக்கு செத்துப்போச்சு, எத்தனை நாளாச்சு இப்படிச் சாப்பிட்டு!"

பாஸ்கர் ரசித்துச் சாப்பிட்டான்.

"நீங்களும் ஒரு கல்யாணம் செஞ்சுக்கணும் தம்பி."

"நீங்க இன்னொரு பெண்ணைப் பெத்து வச்சிருந்தா, இப்பவே பரிசம் போட்டிருப்பேன்."

"நீ கிறிஸ்தவன். எப்படி மாமா உனக்குப் பெண்ணைக் கொடுப்பார்?"

"அப்படி ஒரு நிலைமை வந்திருந்தா, என் கொள்கையை ஒருவேளை மாத்திக்கிட்டு இருந்திருப்பேன் நான். இப்ப என்ன போச்சு? எனக்கு மகன் இல்லை. ராபர்ட் எனக்குப் பிள்ளையா இருக்கட்டும். என்ன தம்பி?"

"வாடா மச்சான்!" என்றான் ராபர்ட்.

சாப்பாடு முடிந்ததும், கூடத்துக்கு வந்தார்கள்.

"ராபர்ட் தம்பி, நீங்களும், நானும் நாட்டாமை வீட்டுக்குப் போயிரலாமா?"

"தாராளமா மாமா."

"புறப்படுங்க."

"குட் நைட் அண்ட் என் ஜாய்!"

பாஸ்கர் அவர்களை வாழ்த்திவிட்டு, விசுவநாதனுடன் வெளியே வந்தான்.

"தம்பி. உங்க நண்பன் மாதிரி ஒரு நல்ல மாப்பிள்ளை கிடைக்க நான் எத்தனை ஜென்மம் புண்ணியம் செஞ்சேனோ?"

பாஸ்கர் பேசவில்லை.

"உங்களுக்கு ஜாதி மதபேதம் உண்டா தம்பி?"

"இருந்தா, உங்க மாப்பிள்ளை பாஸ்கரோட இத்தனை உயிருக்குயிரா நான் பழகுவேனா? அவனை வளர்த்ததே எங்கப்பா, அம்மான்னு உங்களுக்குத் தெரிஞ்சிருக்குமே மாமா." ராபர்ட்டாக மாறிப் பேசினான் பாஸ்கர்.

"தம்பி! என் மனசுல ஓர் உறுத்தல் இருக்கு. ரொம்ப வருஷமா, நான் இன்னும் எத்தனை காலம் உயிரோட இருப்பேன்னு தெரியலை. அதனால, அந்த உண்மையை யார்கிட்டேயாவது நான் சொல்லியே ஆகணும்."

"என்ன மாமா அது? நான் தெரிஞ்சுக்கலாமா?"

"என் மகளுக்குத் தெரிவிக்க விரும்பலை. மாப்பிள்ளைக்குத் தெரிஞ்சா, மகள் வாழ்வு பாழாகுமேன்னு பயப்படறேன். உங்களைத் தவிர, யாரை நான் நம்பமுடியும்?"

"சொல்லுங்க மாமா."

களத்துமேட்டுக்கு விசுவநாதன் வந்துவிட்டார். அங்கே பைக் நின்று கொண்டிருந்தது.

"பாய், வந்துட்டீங்களா?"

"ம்" கரீம்பாய் வெளியே வந்தார்.

"இது ராபர்ட் தம்பி. மாப்ளை சாரோட உயிர்த்தோழன். இவர் கரீம்பாய் தம்பி."

"வணக்கம்!" இருவரும் கை கூப்ப,

"தம்பி, மனசைத் திடப்படுத்திக்குங்க. நான் இப்ப சொல்லப்போற நிஜம், உங்களோட இருக்கட்டும், யாமினி என் மகள் அல்ல, இந்தக் கறீம்பாயோட சொந்தப் பெண். பிரசவத்துல இவர் மனைவி அந்தக் குழந்தை பிறந்ததும் இறந்துட்டா, அந்த அதிர்ச்சில, கோவத்துல குழந்தையை வெறுத்துட்டு நாட்டைவிட்டே கறீம்பாய் போய்ட்டார். குழந்தை என் கைக்கு வந்தது. அதோட பிறந்த நேரத்தைக் கணிச்சு, ஜாதகம் எழுதி, என் மகள் யாமினியா நான் ஆக்கிக்கிட்டேன்."

"மாமா..."

"ஆமாம். எல்லா நம்பிக்கைகளும் கொண்ட சாஸ்திரமுள்ள ஒரு இந்துக் குடும்பத்துத் தகப்பனோட மகளா வளர்ந்த யாமினி. பிறப்புல முகமதியப் பெண். பெரும் பணத்தோட பதினைந்து வருஷம் கழிச்சுத் திரும்பின பாய், மகளைத் தேடி வந்தார். கிராமத்துல எல்லா விவரங்களையும் தெரிஞ்சுக்கிட்டார். அவளோட முகத்தை மாற்ற விரும்பலை. இப்பவும் நடுராத்திரியில என்னைச் சந்திக்க வருவார். தன் மகளைப் பற்றி விசாரிப்பார். கண்ணீர் விடுவார். போயிடுவார்."

"இதை நீங்க ஏன் என்கிட்டச் சொல்லணும்?"

"கறீம்பாய் பெற்ற பெண், விசுவநாதன் மகளா வளர்ந்து, ராபர்ட்டுக்கு மனைவியான புரட்சி எனக்குத் தெரியும்னு உங்களுக்குத் தெரிய வேண்டாமா பாஸ்கர்?"

பாஸ்கர் அதிர்ந்து போனான்.

"மாமா!"

"எனக்குத் தெரிஞ்சதா நான் காட்டிக்கலை. என் மாப்பிள்ளை எப்பவும் பாஸ்கர்தான். யாமினியோட அப்பா என்னிக்கும் விசுவநாதன்தான். போலாமா தம்பீ?"

கறீம்பாயுடன் தனியாகப் பேச விசுவநாதன் நகர,

பாஸ்கர் சுமைதாங்கிக் கல்லாக நின்றான்.

'எல்லாரும் தன் சுமைகளை அவனிடம்தான் இறக்கிவிட்டுப் போகிறார்கள்.'

அந்த இதய நோயாளி சகலமும் தாங்கிக்கொண்டு, அதே சிரிப்புடன், நாட்டாமை வீட்டை நோக்கி நடந்தான்.

முற்றும்

www.ingramcontent.com/pod-product-compliance
Lightning Source LLC
LaVergne TN
LVHW100257051026
849517LV00006B/2113
* 9 7 8 9 3 9 4 5 0 5 6 8 1 *